சருகுகள் சிறகுகளாய்...

கு.தமயந்தி
கள்ளக்குறிச்சி - 606 202
கள்ளக்குறிச்சி மாவட்டம், தமிழ்நாடு.

படி வெளியீடு
எண்: 9, பிளாட் எண்: 1080A, ரோஹிணி பிளாட்ஸ்
முனுசாமி சாலை, கே.கே.நகர் மேற்கு,
சென்னை - 600 078. பேச: 99404 46650

வெளியீட்டு எண்: 0447

சருகுகள் சிறகுகளாய்... (கவிதை),
ஆசிரியர்: கு.தமயந்தி©
Sarugugal Siragukalaai (Poem),
Author: **Dhamayandhi**©
Print in India
1st Edition: June 2025
ISBN: 978-93-49113-37-4
Pages - 112
Rs - 140

Publisher • Sales Rights

Padi Veliyeedu
(A Division Of Discovery Publications)
No: 9, Plot:1080A, Rohini Flats,
Munusamy Salai,
K.K.Nagar West, Chennai - 78.
Tamilnadu, India.
Mobile: +91 99404 46650

Sri Krishna Pathipagam
Old No 553, New No B-503
Bharathiyar Street, Senthurpuram
Kattupakkam, Chennai – 600 056
Phone : 9003933005

இந்த நூலில் பிரசுரமாகியுள்ள எந்த ஒரு பகுதியையும் பதிப்பாளரின் எழுத்துபூர்வமான முன்அனுமதி பெறாமல் எடுத்தாள்வதோ, மறுபிரசுரம் செய்வதோ, மொழியாக்கம் செய்வதோ, அச்சு மற்றும் மின்னணு ஊடகங்களில் மறுபதிப்பு செய்வதோ, காப்புரிமைச் சட்டப்படி தடை செய்யப்பட்டுள்ளது. இந்த நூலிலிருந்து குறிப்பிட்ட பகுதிகளை மேற்கோள் காட்டி புத்தக விமர்சனம் செய்ய, ஊடகங்களுக்கு மட்டும் அனுமதி உண்டு.

நான் தமயந்தி எழுதுகிறேன்..

கவிதைகளின் மேல் கொண்ட காதல், ஒவ்வொரு சொல்லிலும் சிலாகித்தும், இன்புற்றும் இருந்த வேளைகள் தான்.. எனக்குள் உண்டான ஒரு சுனையாய் இந்த 'சருகுகள் சிறகுகளாய்' தொகுப்பு வரை எனை அழைத்து வந்திருக்கிறது.

காட்டுப் பூவாய் இருக்கும் எனக்குள்ளே கவிதை ஆர்வம் மேலிட எழுதி வைத்த எண்ணங்களை ஏடுகளாக்க என்னை உந்தித்தள்ளிய உறவுகள் பல பல...

அடுத்தடுத்த படிகளுக்கு எடுத்து செல்லும் விதமாக இந்தப் புத்தகம் அமையும் என நம்புகிறேன். இந்நூல் வெளிவர தொடர்ந்து ஊக்கப்படுத்தியும் உதவிகள் செய்தும் வந்த உயர்திரு. கவிஞர் கண்ணன் (மும்பை) அவர்களுக்கும் பிழைகள் களைய பெரிதும் உதவிய கவிஞர் மா.கோமகன், அருள்ஞானம் அவர்களுக்கும்,

இந்நூலுக்கு அணிந்துரை வாழ்த்துரை வழங்கிய திரைப்பட இயக்குநர் கவிஞர் திரு.இராசி அழகப்பன் அவர்களுக்கும், திரைப்படப் பாடலாசிரியர், கவிஞர். திரு.அருண்பாரதி அவர்களுக்கும், திரைப்படப் பாடலாசிரியர், கவிஞர் திரு விவேகா அவர்களுக்கும் மகாகவி. பாரதியின் கொள்ளுப்பேத்தி, கவிஞர் உமாபாரதி அவர்களுக்கும், கவிஞர் அம்சப்பிரியா அவர்களுக்கும் என் அன்பில் தோய்ந்த நன்றிகள்...

எனக்காகவே வாழ்ந்து உடல் பொருள் ஆவியைத் தந்த என்னுயிர் அம்மாவிற்கு இப்புத்தகத்தை சமர்ப்பணம் செய்கிறேன்..

கவிஞர் நிலா
(கு.தமயந்தி. ஆசிரியை.
கள்ளக்குறிச்சி)

இந்த நூலினை என் அன்னைக்கு
சமர்ப்பணம் செய்கின்றேன்..

சிறகுகளின் பயணம்

–ராசி அழகப்பன்

“நினைத்தால் வருவது அல்ல கவிதை; நெஞ்சம் கனத்தால் வருவதே கவிதை’ என்பார் கவிதையின் உருவாக்கம் பற்றி வார்த்தைச் சித்தர் வலம்புரி ஜான் அவர்கள்.

அவர் ஒரு வேடந்தாங்கல்.

வந்து அமர்கிற பறவைகளை எல்லாம் வெளிச்சம் போட்டுக் காட்டி மகிழ்கிற மகரந்த மனம் படைத்தவர்.

அவர் இன்றிருந்தால் “சருகுகள் சிறகுகளாய்...” என்ற இந்தக் கவிதை நூல் எழுதிய கவிதாயினி கு. தமயந்தியை வான் முட்ட புகழுரையால் தோரணம் கட்டியிருப்பார்.

அதனாலென்ன அவர் வழிமனநிலையில் நின்று வாழ்த்தலாம் தானே...

“தமயந்தியின் சொற்களில் சங்கீதச் சொற்களும் உண்டு; சீனச் சுவரை உடைத்தெறியும் சினக் குணமும் உண்டு.

தடைபடாத தன்னிறைவுச் சொல் நதி. சீர்காழி பெருமை கொள்ளும் அருள் நிதி”.

கவிதைகள் எனில் பாடுபொருள் முதன்மையாய் வந்து வாசகனைக் கைகுலுக்கும். சில சமயம் மென்மை நடை போட்டு அசைச் சொற்களில் மயங்கி, முயங்கி இதயத்தின் முகவரி கேட்டு முகாம் அமைக்கும்.

இந்த இருவகைக் கவிதைகளையும் தமயந்தியின் இக்கவிதை நூலில் நான் காண்கிறேன்.

ஆசிரியர் என்பதாலேயே பல சொல்லாடல்கள் அறியப்பட வேண்டுமெனும் உணர்வினால் அவற்றைக் கவிதைகளில் பயன்படுத்தியிருப்பதாகக் கருதுகிறேன். பல சொற்கள் உளதெனினும் நான் ஊன்றிப் பார்த்த சொற்கள்.

“திவலை உள்ளம், வளைவியவள், ஏக்கை”

“திவலை உள்ளம்” என்று ஒரு கவிதையில் பயன்படுத்துகிறார். பொதுவாக பேச்சு வழக்கில் அழியப்படாத சொல் இது..

திவலை என்றால் என்ன?

என ஊடுருவிப் பார்த்தால் மழை பெய்கிறபோது நீர் தரையில் பட்டுச் சிதறுகிறதே அந்த நீரைத்தான் திவலை என்று சொல்வார்கள். ஆக திவலை எனில் சிதறும் நீர், மழைத் துளி எனக் கொள்ளலாம். உள்ளத்தை சிதறும் நீருக்கு ஒப்பிட்டுச் சொல்கிற சொல் திறம் உண்மையில் போற்றத்தக்கது..

அச்சொல் கம்பராமாயணத்தில் இவ்வாறாகப் பயன்படுத்தப் பட்டுள்ளது.

“சிந்து நுண் துளியின் சீகரத் திவலை
உருக்கிய செம்பு எனத் தெறிய”

கம்பனின் சொல்லாடல் போல் தமயந்தியும் சொல்லாட்டம் ஆடுகிறார்.

“இதுவே அன்பின் அடையாளம்’ எனும்

கவிதையில்,

“அவளாக அவள் இயங்க
அன்னையென அரவணைக்கத்
திவலை உள்ளம் திறவாகத்
தித்திப்பிலே மனம் திகைக்க”

என்னு சொற்களைக் கவனமாக புதியனவாகப் புகுத்தும் சாதுர்யம் இக்கவிஞருக்குக் கைவரப் பெற்றிருக்கிறது.

இது போல்தான் ‘வளைவியவள்’ என்ற சொல் பயன்படுத்தியது என்ன பொருள் என்றால் தனித்திருக்காது ‘வளைந்து தருபவள்’ என்பதாகும். பெண்ணின் நெகிழ்வுத் தன்மையை எடுத்துக் காட்டும் விதமாக இதைப் பயன்படுத்துகிறார்.

இன்னொரு சொல் ‘ஏக்கை’. இது இகழ்ச்சி என்கிற பொருள் ஆகும்.

சொற்கள் தாண்டி இவர் தாயின் அன்பு, மாண்பு, தாய் நிலப் பற்று, போராட்ட குணத்திற்குத் தான் தரும் சான்று, காதல், அன்பு, அறம், சமூகம் என தனது மனதை எல்லாத் திசையிலும் திருப்பி தனது எண்ணத்தைக் கவிதைகளாகப் படைத்துள்ளார்.

சில சமயம் இவர் மரபுச் சதுரங்கத்தில் மயக்கமுற்று விடுவாரோ என்கிற அச்சம் இருந்தது. ஏனெனில் ஓசையும், அசையும் நேர் பொருளை மறைத்து விடும் என்கிற எண்ணத்தால்தான்.

ஆனால் அதனூடே சென்று வெளிப்பட்டுமிருப்பது மகிழ்வு.

'என்னுள் முளைத்த பூ மரமே' எனும் கவிதையில் காதலால் கசிந்துருகிய தன் வெளிப்பாட்டை அழகாகச் சொல்கிறார்.

"வல்லையாய் வளர்ந்த என்
உள்ளிருக்கும் காதலால்
மெள்ள நான் மெல்லவே
அசை போடும் இசையானேன்"

"அப்படியிருந்த நான் இப்படி ஆகிவிட்டேன்" என்ற பரவலாகப் பேசப்படும் சொற்கள் போல் "எதையும் சாதிக்கும் 'வல்லமை'யாக இருந்தேன்; இன்று காதலால் மெலிந்து, இன்னும் மெலிந்து காற்றில் கரைந்த இசையானேன்" என்று வெளிப்படுத்துவது முற்றிலும் முரண் அழகு, அது தானே காதல் வலிமை.

இல்லையென்றால், திருவள்ளுவர் இவ்வாறு காதல் கொண்ட மனம் பற்றி சொல்வாரோ!

உறுதோறு உயிர்தளிர்ப்பத் தீண்டலாள் பேதைக்கு
அமிழ்தின் இயன்றன தோள் (1106)

அருகே ஒரு நிலத்தில் நடந்த போராளிப் பெருவாழ்வின் அதிர்வு கண்டு 'உன் பெயரைச் சூட்டுவேன்' என்று கவிதை வடித்திருப்பது அவரது மண் வாசனையை வெளிக்காட்டுகிறது.

'அந்த நாள் ஞாபகங்கள்' அடுக்கு வழி பருவத்தின் மலர்வாசம்.

செருகிண்டு காசெருத்து தெருவோடு போஇண்ற தின்பண்டம் வதங்கி திங்க

"செருவாடு காசெடுத்து
தெருவோடு போகின்ற
தின்பண்டம் வாங்கித் திங்க
திகட்டாத ருசி கூட

> கள்ளுண்ட மயக்கமாய்
> கல்லூரிக் காலமிது
> உள்ளுக்குள் கனவுகளாய்
> ஊர் கோல;க காட்சி இன்றும்
>
> கடந்த கால மானாலும்
> தொடர்ந்திடும் தடமாக
> எந்நாளும் பசுமையாய்
> அந்தநாள் ஞாபகங்கள்

பள்ளிக்குச் செல்ல அச்சமுற்று தாயின் முந்தானைக்குப் பின் ஒளிந்தது முதல் கல்லூரிக் கனவுகள் வரை கவிதையில் கனவுகளின் தடயங்கள்.

எப்போதும் அம்மா பிள்ளைதான் யாவரும். விதிவிலக்கல்ல தமயந்தியும். இயற்கையின் அத்தனை வாசல்களிலும் நுழைந்து நுழைந்து அனுபவத்தை அடிக்கோடிட்டு அழகு நயமாக்கியிருக்கிறார்.

சொல்ல பல உள்ளது என்றாலும் இதை உயர்த்திச் சொல்லத் தோன்றுகிறது. 'வழக்கத்தை மாற்றுவோம்'

> "தன் காலில் நிற்கின்ற
> சுயம் வந்த பின்புதான்
> பெண்ணிற்குத் திருமணம்
> செய்வது சிறப்பாகும்.
>
> எள்ளியே நகைப்பதும்
> சொல்லில் முள்தைப்பதும்
> கள்ளிச் செடி போலவே
> களைத்திட வேண்டும்"

அடடா! சுய மரியாதைப் பெண்ணின் முத்திரைக் கனவு. கனவல்ல; தெளிவு; தெளிவு அல்ல உத்தரவு...

பெண் திருமண வயது அரசு சொல்லும் வயதல்ல பொருளாதாரத்தில் தலை நிமிர்ந்து நிற்பது என்று சொன்ன சொல் "அக்கினிப் பிழம்பு."

அதைவிட 'பெண்ணின்
கவிதை நுட்பத்தின் அடையாளம்.

கவிதாயினி தமயந்தி இக்கவிதை நாலில் அழகாகத்தான் பயணிக்கிறார். சொல்லாடல்கள் தாண்டி நேரடிக் கருத்துக்களத்தில் நுட்பமாய் இவர் கவி நெய்யும் காலமும் வரும்.

இந்தியாவின் தவிர்க்க இயலாத கவிதைப் பெண்மணி சரோஜினி நாயுடுவின் "The Garden" என்ற கவிதையில் கூறியதை இங்கு நினைவூட்ட விரும்புகிறேன்.

"இந்தப் பசுமையான சொர்க்கத்தில்
என் அமைதியைக் காண்கிறேன்...
அதன் அழகை உணர்கிறேன்..
என் கவலைகள் விடுபடுகின்றன
உலகைத் துறந்தபடி....
மயக்கம், இறுக்கம், தயக்கம்
தூரவிலகி என் வாழ்வு தென்படுகிறது"

இயற்கையின் மடியில் கவலைகள் போகும் அற்புதங்கள் நிகழ்வது போல் - கவிதாயினி தமயந்தியின் கவிதைகளில் கலக்கமும், மயக்கமும் விடுபட்டு ஒரு சுயமரியாதை சுதந்திரவெளி தெரிகிறது..

கவிதை என்ன செய்யும்...!

அனுபவங்களையும், ஆழ் மன இடர்களையும் அகற்றி நம்பிக்கை ஒளி ஏற்றும். அதை இந்த நூல் தருகிறது...

- ராசி அழகப்பன்

கவிதைக்குள் ஒளிந்திருக்கும் வாழ்வியல்

— க.அம்சப்ரியா

கவிதையின் ஏதேனும் ஒரு சொல் வாழ்க்கையை மாற்றிவிடும். உள்ளுக்குள் தேங்கியிருக்கும் சிந்தனையைக் கிளறி நம்மைச் செயல்பாட்டிற்கு நகர்த்தும். கவிதையின் பலம் அப்படியானது. அதனால்தான் கவிஞர் தமயந்தி அவர்கள் தன் சிந்தனைகளை யாவருக்கும் பயன்படும் விதமாக கவிதையாக நமக்குத் தந்துள்ளார்.

பிறர் நலம் நாடி எழும் சொற்களுக்கு வீரியம் அதிகம்தான். இவரின் பல கவிதைகள் அவ்வாறான தன்மையைக் கொண்டிருக்கின்றன. சருகுகள் சிறகுகளாக மாறும் எனத் தலைப்பிலேயே வாசிக்கும் மனங்களுக்கு நம்பிக்கையூட்டுகிறார்.

கு.தமயந்தியின் கவிதைகளில் சொற்கள் அடுக்கடுக்காக அமைந்து சந்த நயத்துடன் கவிதையை வலுவாக்குகின்றன.

கவிஞரின் மனம் சமுதாயத்தின் பல்வேறு நிலைகளைக் கண்டு துன்பப்படுகிறது. வெறுமனே துன்பப்படுதலைக் கூறாமல் அதற்கான தீர்வுகளையும் கூறுகிறார். ஓர் இலக்கியப் பிரதி பிரச்சனைகளுக்கான தீர்வுகளைக் கூறும் போது வாசிக்கும் வாசகருக்கு அது பயனுள்ள பிரதியாகிறது. இவரது கவிதைகள் பயனுள்ள இடத்திற்கு நகர்வதற்கு இதுவே காரணமாகிறது.

நினைவுகளைப் போற்றுவதும், அதன் வழியே பயணிப்பதும் கவிஞனுக்குக் கொண்டாட்டமானதாகும்.

பெண்களுக்கென்று சில கருத்துகளைக் கூறும் கருத்துகள் பயனுள்ளதாக அமைந்து கவிதையை மெருகேற்றுகிறது. இதுவே அன்பின் அடையாளமென சுட்டும் கவிதைகள் சிறப்பானவை.

இவர் ஒரு கனவு காண்கிறார்.

" நாற்காலியில் நான் அமர
வாய்ப்பொன்று அமைந்தால்
நானிலம் போற்றிடவே
நல்லாட்சி கொடுப்பேன்"

இவரது கனவு நிறைவேற கவிதை தேவதை வரம் தர வாழ்த்துகிறேன்.

கவிதை எண்ணங்களை ஏற்றமாக்கும் ஏணியாக மாறும்.

கவிதையால் வாழ்வு உயரும்.

அணிந்துரை

நம்மை நாமே செதுக்கிக் கொள்வது அவ்வளவு எளிதல்ல. அதற்கு நாம் நிறைய ஆய்வு செய்ய வேண்டும். காலங்களினூடே நீண்ட நெடிய பயணம் போக வேண்டும். நம்மை உணரும் ரகசியம் அறியும் பயணத்தில் நாம் விசேஷக் கண்கள் கொண்டுதான் அனைத்தையும் பார்க்க வேண்டும். நாணயம் போல் அதற்கும் இரண்டு பக்கம் உண்டு.

கண்ணெதிரில் நாம் காணும் காட்சியில் நமக்கு நேரிடையாக ஓர் அர்த்தம் புரியும். ஆழ்மனமும் அதுவே சத்தியம் என நம்ப ஆரம்பிக்கும். ஆனால் நாணயத்தைப் போல் அந்தக் காட்சியின் மின்புலம் என்னவென்று யோசித்தோமென்றால் நமக்கு வேறு விதமான உண்மை புலப்படும்.

அப்படிப்பட்ட உண்மையைத் தேடி இந்தப் புத்தகத்தின் ஆசிரியர் திருமிகு தமயந்தி அவர்கள் பயணித்திருக்கிறார்.

"காரணத்தைத் தேடாதே
சேர்நீராய் சேரவா
சாரலாகி சாளரத்தைத்
தாண்டிக் காதல் கூறிவா"

என்று தன் எண்ணங்களைத் திரும்பிப் பார்க்கிறார் ஆசிரியர்.

இப்படியான சிந்தனையிலேயே

"தந்தையின் பெயரோடு
தாய்பெயரைச் சேர்த்தெழுதி
சிந்தையில் மாற்றத்தை
முந்தியே விதைப்போம்"

என அறைகூவல் விடுகிறார்.

"திட்டும் சொல்லால்
தீட்டிக் கொண்டால்
திறமைத் தீப்பொறி
தீபம் ஏற்றும்"

என்று கொந்தளிக்கிறார்.

தனிமை விரும்பியாய் தன்னை உற்றுநோக்கி தரமான கவிதைகள், தன் முனைக் கவிதைகளாய்ப் படைத்திருக்கிறார்.

"தேகத்தைச் சாய்த்து விடு-அல்லாலதில்
சிந்தனை மாய்த்துவிடு
யோகத்திருத்திவிடு-அல்லாலென்றன்
ஊனைச் சிதைத்துவிடு"

என்ற பாரதி வரிகளையே தனது வாழ்நாளின் தாரக மந்திரமாக ஏற்றுக் கொண்டு வாழ்கிறார் ஆசிரியர் தமயந்தி அவர்கள். "பாரதி கண்ட புதுமைப் பெண்ணாய் அவர் சிறந்து வாழ்க பல்லாண்டு!

மதிப்புறு முனைவர் கவிஞர்,
இரா. உமா பாரதி
மகாகவி பாரதியின்
தங்கை தங்கம்மாளின்
கொள்ளுப்பேத்தி
7338997938.

அணிந்துரை

ஐந்தறிவு வரையிலே
சாதி மதம் தெரியவில்லை
ஆறறிவு மனிதனுக்கு
ஏனிது புரியவில்லை

- என்ற வரிகளை நான் மிகவும் ரசித்தேன்.

ஆனால்,

சான்றிதழில் வேண்டாமினி
சாதி எனும் ஒரு வரி

என்பது தவறான அரசியல் புரிதல்

சாதி அழுக்கு நம் மனங்களில் இருந்து அகற்றப்படும் வரை: சாதியால் ஒடுக்கப்பட்ட மக்கள் முன்னேறி வரும் வரை சமூக நீதியை நிலைநிறுத்த சான்றிதழ்களில் சாதியும் அதன் வழி இட ஒதுக்கீடும் அவசியம்தான்.

சாணமிட்டு தரைமெழுகி
பானையிலே சோறாக்கி
வான் நிலவு கதை சொல்ல
வாசலிலே உறக்கம் அன்று

அடுக்குமாடி வீடுகட்டி
படுக்க பஞ்சு மெத்தையோடு
அறைக்கொருவர் அடைந்தபடி
சிறைவாழ்க்கைத்தான் இன்று

என எழுதும் தமயந்தியின் விரல்களைப் பிடித்துக்கொண்டே நாம் பால்யத்தின் மண்சாலைகளில் பயணிக்கிறோம்.

"விடுகின்ற
உன் மூச்சில் நான் கொஞ்சம் உயிர் வாழ்ந்து..."

என்ற வரிகள் ஒரு பாடலைப் போல நம்முள் இறங்குகின்றன.

காதல் கவிதைகள்:

சாதி மத வேற்றுமைகளைச் சாடும் கவிதைகள், சமூக பொருளாதார ஏற்றத்தாழ்வை விமர்சிக்கும் கவிதைகள் என தனக்கான மொழிநடையில் தமயந்தி கவிதை செய்திருக்கிறார்.

இத்தொகுப்பெங்கும் ஏராளமான கவிதைவரிகள் நம்மை ஈர்க்கின்றன. கவிஞர் கு.தமயந்தி இன்னும் இன்னும் பல கவிதைகளைப் படைத்து இலக்கிய உலகில் தனி இடத்தைப் பிடிக்க வண்ணத் தமிழால் வாழ்த்துகிறேன்.

அன்புடன்
விவேகா

பொருளடக்கம்

1. தன்னிலை மாறும் மாணவர்கள் — 16
2. நலமறிய ஆவல் — 18
3. வீழ்ந்தாலும் எழுவேன் — 20
4. அன்புடையார் எல்லாம் உடையார் — 22
5. ஞாபகங்கள் எரிக்கின்றன — 24
6. வழக்கத்தை மாற்றுவோம் — 26
7. அந்த ஒரு நாற்காலி வேண்டும் — 28
8. அந்தநாள் ஞாபகங்கள் — 30
9. சொல்லிவிடு சொந்தமே.. — 32
10. அன்றும் இன்றும் அம்மா — 34
11. காணுகின்ற இடமெல்லாம் — 36
12. சாதி மதம் வேண்டாம் — 38
13. முள்ளிலும் மலரும் பூக்கள் — 40
14. வெல்லும் நாள் விரைவில் — 42
15. அந்த ஒரு துளிக் கண்ணீர் — 44
16. இன்னொரு நாள் வரும் — 46
17. இதைப்போல இருப்போம் — 48
18. குடும்பம் என்னும் கோயில் — 50
19. கற்றுக் கடக்கும் காதல் — 52
20. அன்றும் இன்றும் — 54
21. என் கனவுகளுக்கு எல்லையில்லை — 56
22. இப்படியும் ஒரு காதல் — 58
23. இரவும் பகலும் ஒன்றே — 60
24. வெற்றியின் வெளிச்சம் படரட்டும் — 62
25. என் கிராமத்து நினைவலைகள் — 64
26. இக்கரைக்கு அக்கரை பச்சை — 66
27. உலைத்தீயில் உருகும் மனம் — 67
28. கண்துயில் கனவில் கண்டகாட்சி — 69
29. கோடிச்சிறகுகள் வேண்டும் — 71
30. காதல் பிடிக்குள் சிறைப்பட்டு — 73
31. சிகரம் தொடுவது எளிதோ — 75
32. விளைந்து செழிக்கும் வியர்வைகள் — 77
33. மீதியான அவளின் பக்கங்கள் — 78
34. முதல் வசந்தம் — 80
35. என்னைக் கவர்ந்த புலவன் இவன் — 82
36. கல்லறை பேசினால்... — 84
37. எனக்குள் இருக்கும் ரௌத்திரம் — 85
38. கண்ணுறங்கும் கவிதைகள் — 87
39. விடியலைத் தேடும் இரவுகள் — 89
40. வண்ணம் தொலைத்த பட்டாம்பூச்சிகள் — 91
41. மண்ணில் முளைத்த வானவில் — 93
42. எப்போதோ பெய்த மழை — 95
43. வாழ்வின் பிரதானம் (நம்பிக்கை) — 97
44. பல்லாயிரம் ஆசைகள் — 99
45. ஆறாத ரணங்களில் — 101
46. என்னுள் முளைத்த பூமரமே — 103
47. உன் பெயரைச் சூட்டுவேன் — 105
48. அணையாத சுடரென — 107
49. இங்கேயும் கொஞ்சம் பாருங்களேன் — 109
50. இதுவே அன்பின் அடையாளம் — 111

தன்னிலை மாறும் மாணவர்கள்

குறிக்கோளை நோக்கியே
எரிகனலாய் மாறாமல்
கரிக்கோலாய்க் கரைகின்ற
காட்டாறு வேகமே...

பள்ளிக்குச் சென்றுநிதம்
பாங்காகக் கல்விகற்று
அள்ளித்தரும் அறிவுரையை
எள்ளி நகையாடியே...

பாதிக்குமேல் இங்கே
சாதிக்கும் சிந்தையின்றி
வேதியியல் மாற்றத்தால்
வேரறுந்து கிடக்கின்றார்...

ஆக்கச்செயல் விட்டுவிட்டுத்
தேக்கமான தேடலோடு
ஆங்காங்கே பதர்பலர்
தூங்காமல் வலைதளத்தில்..

அலைப்பேசி கணினியோடு
வலைமீனாய் மாட்டியே
விலையில்லா இளமையை
வீணாகத் தொலைக்கின்றார்...

தடம்மாறித் தடுமாறி
செல்லுகின்ற நிலையிலே
மடமைமன மாணவர்கள்
கடமைகளை மறக்கவே...

வற்றிய குளத்திலே
வாடிய தாமரையாய்
கற்றலை மறந்துவிட்டு
கானலையே தேடுகிறார்...

ஊண்உறக்கம் இல்லாமல்
உணர்வுக்கு அடிமையாகி
வானவில் வாழ்வினை
காணாமல் கடக்கிறார்..

பற்றிய தீயென
பரவிடும் குற்றங்கள்
புற்றீசல் போலவே
பெருகிடும் தவறுகள்...

பண்படுத்த எண்ணுகின்ற
அன்பான ஆசானைப்
புண்படுத்திப் பார்க்கின்ற
வன்கொடுமை தொடர்கிறது...

ஏணியென இருப்பவரை
எடுத்தெறிந்து பேசியே
சூனியம் வைத்ததுபோல்
சுற்றியே திரிகின்றார்...

கல்வியெனும் சிறகாலே
புள்ளாகிப் பறக்காமல்
புல்போலே புவியெங்கும்
முள்ளாக முளைக்கின்றார்...

◻

நலமறிய ஆவல்

செவ்வானம் வெட்கம் சூழ
செந்தூரம் இட்டு என்னை
வெந்தனலில் வேக விட்டு
வெகுதூரம் சென்றவரே..

இருவரையும் ஒருசேர
பார்க்கின்ற பால்நிலா
இதுவரை என்வலியைச்
சொல்லியதா உன்னிடம்?

குழம்பினில் உப்பெடுத்து
தப்பாகப் போட்டுவிட்டு
குழம்பிநான் தவிக்கிறேன்
கூடநீ இல்லாமல்..

ஒத்தையில நான்இருக்க
அத்தைமகன் நீபோகப்
பத்திஉயிர் எரியுதடா
பறந்துநீ வருவாயா?

புலம்பெயர்ந்து போனதுபோல்
புலம்புதே புலனெல்லாம்
நலமாக இருக்கிறாயா?
நான்விரும்பும் நற்றமிழே..

பசலைநோய் படர்ந்தே
பார்ப்பவர்கள் பரிகசிக்க
அசலாக நீ அங்கே
நகலாக நான்இங்கே...

நலம்அறியும் ஆவலோடு
களர்நிலமாய்க் காத்திருக்க
உள்ளமெல்லாம் உன்பெயரை
உளருதடா என்நளனே..

அன்பில்நீ அள்ளித்தந்த
காதலின் ஜாலமெல்லாம்
மின்னுதே வானமெங்கும்
விண்மீனாய் விளைந்தபடி..

மாலைநேரம் வந்தாலே
மறுகுதடா என்மனசு
சூளைக்குள் இருப்பாய்
மூளைக்குள் ஒருதவிப்பு..

எப்படிநீ இருக்கின்றாய்
என்பதே என் தேடலாய்
இப்படிக்கு நினைவுகளை
சுவாசிக்கும் நிஜம்இங்கே.

❐

வீழ்ந்தாலும் எழுவேன்

எண்ணமுடியா
எண்ணங்கள்
எனை நாளும்
அலைக்கழிக்க..

கண்ணை இழந்த
குருடனாக்கி
புண்ணென வாழ்க்கை
வலிகொடுக்க,

என்ன செய்வது
தெரியாமல்
எரிமலை யாக
எரிகின்றேன்..

வண்ணக் கனவுகள்
கருகியதால்
சின்னக் குழந்தையாய்
அழுகின்றேன்..

காலம் என்னும்
காட்டாற்றில்
அருவியாக
விழுகின்றேன்..

நுரையாய் உடைந்து
போகாமல்
பிறையாய் வளர்ந்து
வாழ்வேனே..

அலையில் துரும்பென
ஆனாலும்
மலையாய் உயர்ந்து
சாவேனே..

புத்தகம் மட்டும்
என்னோடு நான்
புகழைத் தொடுவேன்
விண்ணோடு..

வித்தென விழுந்து
விட்டாலும் நான்
விருட்சம் ஆவேன்
மண்ணோடு..

❑

அன்புடையார் எல்லாம் உடையார்

கானலான வாழ்வினில்
கனவுமூட்டை சுமந்துபலர்
வானளவு ஆசையோடு
வலம்வரவே காண்கின்றோம்..

என்னஇந்த வாழ்க்கையென்று
எண்ணியே முடிப்பதற்குள்
மின்னலாக மின்னிமறையும்
கன்னல்இன்னல் கலந்தகாலம்..

கொடுத்தாலும் குறையாத
எடுத்தாலும் கரையாத
வேசமில்லா நேசத்தை
வேண்டியே கேட்கிறோம்..

அன்பிருக்கும் இடத்திலே
அம்பிற்கு வேலையில்லை
என்பாலும் உதவியே
தன்பாலே ஈர்க்குமே..

மாசற்ற கருணையினை
மனத்தோடு கொண்டதாலே
இயேசுகாந்தி புத்தன்புகழ்
பேசுதே பூமியெங்கும்..

அன்புடைய நெஞ்சத்தால்
அன்னையான தெரசாவை
அகிலமே வாழ்த்திட
அகிலாக புகழ்எங்கும்..

பண்போடு பாசமும்
அன்போடு உயிராக
இன்புற்று இருக்கலாம்
இருக்கின்ற நாள்வரையில்..

காந்தமென கவருகின்ற
சாந்தமான உள்ளத்தில்
சேர்ந்திருக்கும் மாயமது
காயமாற்றும் காதலே..

கனிஇருக்க காய்சொல்லால்
ரணமாக்கும் களர்மனங்கள்
கனலாக ஆங்காங்கே
கனன்றபடி இருக்கிறது..

துன்பத்தைத் துடைக்கும்
தும்பைப்பூ உள்ளத்தின்
தன்மையின் மென்மையது
அன்பெனும் ஊற்றாலே..

நீரோட்டம் போல் வாழ்க்கை
நிலையில்லா நுரையாகப்
போராட்டம் இல்லாத
பூக்களத்தில் வாழ்வோமே....

❑

ஞாபகங்கள் எரிக்கின்றன

மறந்துவிடு என்றுசொன்ன
இரக்கமில்லா என்னவளே
இருந்துகொண்டு இறக்கின்றேன்
இன்றுவரை அறிவாயா?

ஒன்றாக சென்றஇடம்
ஒவ்வொன்றும் என்முன்னே
நின்றாடிக் கொல்லுதடி
நிம்மதியே நீஎங்கே?

அச்சிலே வார்த்ததுபோல்
அழகழகாய்ச் சம்பவங்கள்
பிச்சிஎன்னைப் போட்டபடி
பிதற்றவைத்துப் பார்க்குதடி..

பாலைவனம் ஆனவென்
பாதையெல்லாம் முள்ளாக
பாவைநீ இல்லாமல்
பார்வையற்ற குருடனானேன்..

குத்திஎன்னைக் கிழிக்கின்ற
கூர்வாளாய் உன்பிரிவால்
நித்திரையை நான்இழந்து
நெடுநாளாய்த் தவிக்கின்றேன்..

அன்பியென என்னோடு
அன்றிருந்த அன்றிலே
துன்பியலைத் தந்துநீ
துரத்துகிறாய் நினைவாலே..

மார்கழிப் பூவாக
மார்மேலே கிடந்தவளே
வேர்விட்ட கனவோடு
வேகின்றேன் வெந்தனலில்..

வெஞ்சிறையில் தள்ளிவிட்ட
வஞ்சியே உன்பிரிவால்
பஞ்சுமனம் நஞ்சாகி
பாழ்பட்டுக் கதறுதடி....

படுத்துகிற ரணங்களை
எடுத்தெறிய முடியாமல்
அடர்த்தியான ஆசைகள்
கடத்திஎங்கோ போகுதடி..

விரட்டுகிற ஞாபகங்கள்
புரட்டிநிதம் போட்டபடி
இருட்டான என்வாழ்வு
இயங்குதடி இயந்திரமாய்..

❐

வழக்கத்தை மாற்றுவோம்

தந்தையின் பெயரோடு
தாய்ப்பெயரைச் சேர்த்தெழுதி
சிந்தையில் மாற்றத்தை
முந்தியே விதைப்போம்

மந்தையாய் இருந்திட
வேண்டாமே மாறிநாம்
விந்தைகள் பலசெய்து
விண்மீனாய் மிதப்போம்.

தட்சணை வாங்கியே
திருமணம் செய்திடும்
எச்சிலைக் கூட்டத்தை
எச்சரித்துப் பேசுவோம்...

உச்சிமலைக் காற்றாக
உள்ளத்தை வருடிவிடும்
துச்சமிலா மனதோடு
தூவலாய் வீசுவோம்.

தன்காலில் நிற்கின்ற
சுயம்வந்த பின்புதான்
பெண்ணிற்குத் திருமணம்
செய்வது சிறப்பாகும்.

கண்ணிமையைக் காப்பதாய்ப்
பெண்மையை எண்ணுவது
சமுதாய மேம்பாட்டின்
சீரிய பொறுப்பாகும்.

எள்ளியே நகைப்பதும்
சொல்லில்முள் தைப்பதும்
கள்ளிச்செடி போலவே
களைந்திட வேண்டுமே.

சங்கத்தமிழ் மூன்றையும்
சந்ததிக்குத் தந்துவிட
சிங்காரச் செந்தமிழ்
சிகரம்பல தாண்டுமே.

சமையலறை இருவருக்கும்
சமமாக இருந்திடவே
சுகமாக வாழ்ந்துநாம்
சுமைகளின் துயர்தீர்ப்போம்.

அமைந்திட்ட புயல்வாழ்வில்
அடைந்துநாளும் உடையாமல்
அமைதியாய் அவரவர்
பாதையிலே பயணிப்போம்....

❐

அந்த ஒரு நாற்காலி வேண்டும்

லஞ்சமும் ஊழலும்
புல்லுருவி போலவே
அஞ்சாமல் நிறைந்து
வறுமையை வளர்க்கிறது

வஞ்சகரின் வலையிலே
விழுந்திட்ட மக்களை
பஞ்சத்தின் பிடியின்னும்
இறுக்கியே வளைக்கிறது

இருப்பவன் இல்லாதவன்
எனப்பிரிந்த வறுமைகோட்டால்
ஆதிக்க அரங்கேற்றம்
ஆங்காங்கே நடக்கிறது

பொறுப்பற்ற ஆளுமையின்
பொல்லாத செயலாலே
சருகாக்கப் பலர்வாழ்வு
மரணமே குடிக்கிறது

அடித்தட்டு மக்களின்
அவலங்கள் கண்டுமே
களையாத கல்நெஞ்சம்
விலைபேச ஈர்க்கிறது

குடிகாரக் கூட்டமாய்க்
குடிமக்கள் மாறியே
விடிவில்லா வாழ்விலே
விழுந்தபடி தோற்கிறது

நீதியை வளர்த்து
போதனைகள் தெளித்து
ஆதிகால வள்ளலாய்
ஆட்சியை நடத்தவேண்டும்

சாதியை ஒழித்து
சமத்துவம் செழிக்க
மனிதத்தை மனத்திற்குள்
மெல்லவே கடத்தவேண்டும்

நாற்காலியில் நான்அமர
வாய்ப்பொன்று அமைந்தாலே
நானிலம் போற்றிடவே
நல்லாட்சி கொடுப்பேனே..

தேர்க்காலில் மகனைஇட்டுப்
பசுவுக்கு நீதிகண்ட
பார்புகழ் மனுநீதி
சோழன்பேர் எடுப்பேனே.

❏

அந்தநாள் ஞாபகங்கள்

விட்டுப் பிரிந்து
பள்ளிசெல்ல பயந்து
கெட்டியாய் அம்மாவின்
சேலைபற்றி அழுதநாள்

புத்தகத்தில் மூடிவைத்த
மயிலிறகு குட்டிபோட
இத்துப்போன இலைகளை
இட்டுவைத்து பார்த்தநாள்

கனமழை நீரிலே
காகிதக் கப்பல்விட்டு
அணைகட்டி ஆட்டம்போட்ட
ஆனந்தம் அகலாமல்

மணல்குவித்து விளையாடி
புனல்நீரில் நீராடி
அனல்மூட்டிக் குளிர்காய்ந்த
அந்தவெப்பம் ஆறவில்லை

சாணமிட்ட வாசலெங்கும்
வானவில் கோலமாக
கானம்பாடும் புள்ளினங்கள்
காணும்இடம் எங்கிலும்

காவிரிக் கரையோரம்
பூவிரியும் மலர்வாசம்
தாவிடும் வண்டுகள்
காவினைச் சுற்றிவர

அத்தனை அழகையும்
அள்ளியே முடித்துநான்
அவ்வப்போது சொல்லியது
இப்போதும் கேட்கிறது

செருவாடு காசெடுத்து
தெருவோடு போகின்ற
தின்பண்டம் வாங்கித்திங்க
திகட்டாத ருசிகூட

கள்ளுண்ட மயக்கமாய்
கல்லூரிக் காலமது
உள்ளுக்குள் கனவுகளாய்
ஊர்கோலக் காட்சிஇன்றும்

கடந்தகால மானாலும்
தொடர்ந்திடும் தடமாக
எந்நாளும் பசுமையாய்
அந்தநாள் ஞாபகங்கள்.

❐

சொல்லிவிடு சொந்தமே..

ஆசைக் கனவுகளின்
ஆணிவேர் அழுகுதடி
ஓசையேதும் இல்லாமல்
உயிர்த்தீ உருகுதடி

மாயமான மனம் இன்று
மயானம் ஆகுதடி
காயக் கனவுகள்
காயாமல் போகுதடி

தூரமாய்ச் சென்றுநீ
துயரத்தில் விட்டாலும்
தாயென ஆனவளே
தாரம்நீ மட்டுமடி

கார்கால மழையாக
கண்ணீர் வழியுது
போரிடும் நினைவுகளைப்
போக்கிடும் வழியெது?

ஈரக் காத்தாக
இதயம் மாறுதடி
சீறும்உன் ஞாபகங்கள்
சிந்தையைக் கீறுதடி

கட்டவிழ்ந்த காளையாக
இருந்தேனே அப்பொழுது
வெட்டுப்பட்டு வெஞ்சிறையில்
வேகின்றேன் இப்பொழுது

மாற்றுவழி தெரியாமல்
மறுகியே கரைகிறேன்
ஆற்றிட உனைவேண்டி
அருந்தமிழில் வரைகிறேன்..

நிழல்நீ இல்லாமல்
நிம்மதியை இழக்கிறேன்
அழல்கூடி அணைத்திட
உன்னையே அழைக்கிறேன்..

காரணத்தைத் தேடாதே
சேர்நீராய் சேரவா..
சாரலாகி சாளரத்தைத்
தாண்டிக்காதல் கூறவா

அற்றநீர் பறவையாகி
உற்ற உன்னைத் தேடுகிறேன்
உன்ஒற்றை வார்த்தைக்கு
உயிர்வைத்துப் பாடுகிறேன்..

❏

அன்றும் இன்றும் அம்மா

நஞ்சுபோன ஆடையோட
அம்மாநீ போகையில
பிஞ்சு நெஞ்சு
கண்ணீர்தான் வடிக்குது
அம்மா.. என்உசுரு
உன்னால்தானே துடிக்குது

வறுமையை நீசுமந்து
வலிகளைத் தாங்கிக்கொண்டு
பட்டம்பல வாங்கவச்ச
அம்மாவே..அந்த வானம்
பூமி உனக்குமுன்னே
சும்மாவே..

கண்ணுறக்கம் இல்லாம
காட்டுவேல நீபார்த்த
சின்னசின்ன மழைத்துளியா
காசுபணம் எனக்குச்சேர்த்த..
ஏணியா நீஇருந்த எனக்கு
என்ன செய்யப் போறேனடி நான் உனக்கு

நிழலா என்கூட இருந்த
உன் இளமையை எனக்காக துறந்த
மடியில சாயவச்சி பலகதை சொல்லிடுவ
நான்படிக்க கண்முழிச்சி
விண்மீன எண்ணிடுவ
வேருபோலத் தாங்கிநின்ன
தாயே, என்னை
மாருமேல போட்டுவளர்த்த நீயே..

பொட்டும் பூவும்
வைக்காத சாமியே
நீ சொன்னா நிக்கும்
இந்தசின்ன பூமியே...

❑

காணுகின்ற இடமெல்லாம்

காணுகின்ற இடமெல்லாம்
கழனிநிலச் சேறாக
கானகமாய் மாறியெங்கும்
மான்ஓட மயிலாட

தேன்சொரியும் பூக்களைத்
தேடிவரும் வண்டினங்கள்
வான்முட்டும் வரையாகி
வழிந்தோடும் நீர்ச்சுனைகள்

முந்தானைச் சிறகாக
சிந்தும்மழைத் தூறலிலே
முப்போகம் விளையும்நிலம்
எப்பொழுதும் பச்சையாக..

சோறுவடித்தக் கஞ்சிதண்ணீர்
ஆறாக தெருவெங்கும்
பாருக்கே சோறுபோட்டு
பஞ்சம்தீர்த்த என்தேசம்

மாடுகட்டிப் போரடித்தால்
மாளாது என்றுமக்கள்
யானைகட்டிப் போரடிக்க
வான்முட்டும் நெல்குவியல்..

நஞ்சையோடு புஞ்சையென
நானிலமும் எழில்கொஞ்ச
தஞ்சைநிலம் போலவே
தரணியெல்லாம் இருந்ததே

சொன்னாலும் தீராது
என்நாட்டுச் செழிப்பினை
அண்ணாந்து பார்க்கும்படி
அறுவடைக் குவியல்கள்

களங்கம் காணாமல்
விளங்கிய நம்நாடு
உலகத்தின் மூலைவரை
ஒப்பில்லா புகழ்சேர்க்க

வளங்கள் வளர்ந்திட
விளைநிலம் செழித்திட
திசையெங்கும் வாழ்பவர்கள்
திரும்பிநம்மைப் பார்த்தனர்...

இன்று, நிலமெல்லாம் கட்டிடமாய்
நீரில்லா வெற்றிடமாய்ப்
புலம்பிடும் தமிழனின்
கதறலாய் புவியெங்கும்..

❐

சாதி மதம் வேண்டாம்

தேங்கிய குட்டையெனத்
தேசமெங்கும் ஆங்காங்கே
சாக்கடையாய் மாறியே
சமுத்திரமாய் ஓடுது

விஞ்ஞானம் தாண்டிய
விந்தைகள் வளர்ந்தாலும்
வீதிக்கொரு சாதியாகி
மோதிக்கொல்லும் மோசநிலை

ஐந்தறிவு வரையிலே
சாதி மதம் தெரியவில்லை
ஆற்றறிவு மனிதனுக்கு
ஏன்இது புரியவில்லை ?

ஆணவக் கொலைகளும்
அரங்கேறும் அவலமும்
ஈனப் பிறவிகளால்
இன்றுவரை தொடர்கிறது

நிலவினில் நீந்திடும்
நிலையது இருந்துமே
சிலர் இன்னும் சிலந்தியெனச்
சிந்தையால் மாறாமல்..

ஆதிமுதல் இருக்கவில்லை
அவமான ஜாதிகள்
பாதியில் வந்ததாலே
பரிதவிப்பில் பலமண்கள்

மூடக்கதை சொல்லுகின்ற
மூளையில்லா மூடர்களை
கூளமென எண்ணியே
மூலையிலே தள்ளுவோம்

தீண்டாமையைத் தீண்டாமல்
மாண்டுவிடச் செய்துவிட்டு
மனத்தோடு மனம் இணைந்து
மணம்புரிந்து கொள்வோமே

சான்றிதழில் வேண்டாம்இனி
சாதி என்னும் ஓர்வரி
சாதிபேசும் சாத்தான்களின்
வார்த்தைகளை நீஎ(ரி)றி

மனங்களைத் தூர்எடுத்து
மானுடனே மாறிவிடு
மதமெனும் பதம் மறந்து
மனிதத்தை வளர்த்திடு..

❐

முள்ளிலும் மலரும் பூக்கள்

நடக்கும் நஞ்சின்
அடக்கு முறையால்
துடிக்கும் நெஞ்சம்
வெடிக்கும் உள்ளே

புல்லென எண்ணியே
சொல்லிடும் வார்த்தையால்
உள்ளமும் புண்ணாய்
வெள்ளச் சிறையில்

கனவைக் கலைத்து
தினவில் திளைத்து
உணர்வைக் கொல்லும்
உணரா உள்ளம்

கொலைக்களக் கருவிகள்
குவிந்துக் கிடக்க
வலைக்குள் மாட்டி
வல்லூறு தவிக்க

எல்லாம் ஒருநாள்
மறையும் என்று
உள்ளே ஓசை
ஓங்கி ஒலிக்க

தேக்கு நெஞ்சில்
தாக்கும் புயலினைப்
போக்கும் வழிகளைப்
பேதையர் நாட

பாறை இடுக்கு
துளிரைப் போலே
வேராய் ஆசைகள்
வெளிச்சம் தேட

சோக வலிகள்
சொல்லா ரணங்கள்
தேகம் முழுதும்
சாகும் வரையில்

துடியது கூடியே
துடிக்கும் துயரம்
இடரெனத் தாக்க
மடியும் இதயம்

பொல்லா உலகில்
போர்க்கள வாழ்க்கை
முள்ளிலும் மலரும்
பெண்ணெனும் பூக்கள்..

◻

வெல்லும் நாள் விரைவில்

உள்ளுக்குள் புரளுகின்ற
உருவமில்லா புயலாலே
சில்சில்லாய் மனமுடைந்து
சிதறியே கதறிட

பொல்லாத காலமது
புறமுதுகு காட்டவைத்து
வெள்ளத்தின் நடுவிலே
விட்டுவிட்டுச் செல்லவே

எல்லாமே இழந்ததாய்
எந்நாளும் ஏமாற்றம்
செல்லாத காசாகிச்
செல்லரித்த நிலையிலே

தோல்வியென்னும் வேள்வியிலே
தோய்ந்துமனம் துவளாமல்
கோளாக சுற்றிவந்து
பால்வெளியைப் பந்தாட

வேல்முனை கூராகி
வாள்போலே சீராகிச்
கால்முளைத்த கதிராக
கயவர்முன் நின்றாட

முயற்சியை மூச்சாக்கி
பயிற்சியைத் தொடர்ந்திட
உயருமே உலகத்தின்
உச்சிவரை நம்புகழ்

தாக்கிடும் துயரினைத்
தூக்கிதூர வீசிவிட்டு
நோக்கத்தை நோக்கியே
ஊக்கமுடன் நடத்திட

சொல்லும் செயலுமே
ஒன்றாகிப் போகவே
வெல்லுகிற நாளது
விரைவிலே வந்திடுமே

❑

அந்த ஒரு துளிக் கண்ணீர்

மடிதாங்கும் மாஉறவு
மனத்தாலே வெறுக்கையில்
அடிதாங்க முடியாமல்
அழுதிடும் பிடிமனமே

எதிர்பார்த்த வேளையிலே
ஏமாற்றம் தந்தாலே
உதிர்கின்ற சருகாக
உலருமே உயிர்ப்பூக்கள்

கட்டிஅழும் காதலது
விட்டுத்தூரப் போகையிலே
ஒட்டிக்கொண்ட வேதனையால்
உயிர்க்கூடு உடையுமே

சொல்லாத மௌனமொழி
கொல்லுமே கூர்வாளாய்
எல்லாமே இல்லாமல்
போகுமே எப்பொழுதும்

நம்பியே வாழ்ந்திடும்
நமக்கான அன்பது
நஞ்சாக மாறினால்
நெஞ்சமது சிதையுமே

சாடைமொழி பேசுகிற
வாடைவளி விலகியே
ஊடலிலும் தேடிடும்
கூடஅவள் கூடிடவே

கவலைகள் சுற்றிலும்
கரம்கொண்டு அணைத்தாலும்
சுவர்தாங்கும் சித்திரமாய்த்
திவலைகளாய் பலநினைவு

காட்டாத ஆசைகள்
கனலாக எரிக்கவே
கேட்கயாரும் இல்லாமல்
கூட்டுமே ரணவலியை

முனையிலே நின்றுநிதம்
கணையாகத் துளைக்கும்
எனைவிட்டு நீங்கிய
துணையிழந்தத் துயரமது

அந்தமென ஆனஅவள்
சொந்தமின்றிப் போகவே
அந்தஒரு துளிக்கண்ணீர்
ஆயுதமாய்த் தாக்கிடுமே..

❏

இன்னொரு நாள் வரும்

ஓசையின்றிச் சேர்த்துவைத்த
ஆசைகள் அத்தனையும்
ஈசலாகி இருக்கவே
ஊசலாடும் உயிர்க்கூடு

பலகோடி கனவுகளில்
வலம்வந்த வளர்பிறையே
களம்கண்டு கண்மூடி
புலம்பெயர்ந்து போனதென்ன?

விளங்கிட முடியாத
விலங்குகளின் குதறலால்
கலங்கித் தவிக்கிறது
உலகமே உன்னாலே

எதிர்காலக் கதிராகி
ஏற்றத்தைக் காணாமல்
சதிஎன்னும் சகதியில்
சிக்கிய இளமானே

புதிதான புள்ளேஉன்
பூஞ்சிறகு அறுபட
மதியென ஒளிர்ந்தநீ
மதிமயங்கி விழுந்தாயே

அடைகாத்த அன்னையவள்
விடையேதும் தெரியாமல்
கடைவிரித்த கண்ணீரால்
கணங்களும் கனமாக..

காரணத்தைத் தேடியே
தோரணமாய் வினாக்கள்
கூறிடவே முடியாத
கூர்வாளாய்க் குத்தும்வலி

நீதியும் நேர்மையும்
விதியிலே வலுவிழந்து
சாதியின் பெயராலே
சவமாகக் கிடக்கிறது

கொடும்செயல் செய்தஅந்தக்
கொலைகாரக் கூற்றனைக்
கழுவேற்றிக் கழுகிற்கு
இரையாக ஆக்கிடுவோம்.

❏

இதைப்போல இருப்போம்

சுனையெனத் தோன்றி
உருண்டோடி வந்து
இணையாய் ஓடைகள்
பலசேர்ந்து கொள்ளுமே

அணையாய் நிறைந்து
அகிலத்து மக்களின்
துணையாக மாறியே
துயர்நீக்கிச் செல்லுமே

கடந்த பாதையைத்
திரும்பிப் பார்க்காமல்
தடைகளைத் தாண்டியே
வழிந்தோடிக் கடல்சேரும்

இடர்கள் எத்தனைதான்
இருந்தாலும் இடறாமல்
தடங்களைத் தாண்டியே
ஆங்காங்கே அழகாக உருமாறும்

வேருக்கு விருந்தாகி
பாரெல்லாம் செழிப்பாக்கிச்
சோறுபோடும் உழவனுக்கு
உறுதுணையாய் இருக்கிறது

கார்மேகக் கூட்டத்தின்
காரணமாய் இருந்து
சேருக்குள் செந்நெல்லை
வேர்விட வைக்கிறது...

கள்ளு முள்ளெல்லாம்
விழுந்தாலும் விழுங்கியே
செல்லும் இடமெல்லாம்
செழிப்பாக்கும் நதிஓட...

துள்ளித் தவழ்ந்தோடித்
தாகத்தைத் தீர்க்கத்
தள்ளியிருக்கும் தண்ணீரில்
குளித்தாடும் மதிகூட...

ஆறுபோல மாறிநாம்
அவரவராய் வாழ்ந்து
ஊருக்கு நன்மைகளைச்
செய்திடவே கூடுவோம்...

போர்உலகை மாற்றி நாம்
புதுஉலகைப் படைத்துத்
தீராத வன்முறையைத்
தீர்க்கவழி தேடுவோம்...

❐

குடும்பம் என்னும் கோயில்

குடும்பக் கோயில்
குதூகலம் கொண்டால்
கடும்வலி துயரங்கள்
காணாமல் போகுமே

படுகின்ற வேதனையைப்
பங்கிட்டுக் கொள்ளவே
கொடும்ரணம் எல்லாம்
சிறுகடுகாய் மாறுமே

எட்ட இருந்தும்
எட்டிப் பார்த்து
கொட்டி ஒளியைக்
கொடுக்கும் நிலவும்

விட்டுக் கொடுக்க
நிம்மதி நிலைத்து
வீட்டில் அமைதி
என்றும் நிலவும்

அன்றில் போலே
ஒன்றி இருக்க
எல்லா நாளும்
திருநாள் ஆகும்

முன்றில் கூடி
மகிழ்ந்து சிரிக்க
குன்று கவலையும்
குறைந்தே போகும்

திட்டும் சொல்லால்
தீட்டிக் கொண்டால்
திறமைத் தீப்பொறி
தீபம் ஏற்றும்

வெட்டும் அருவா
ஆனால் கூட
கொட்டும் அன்பு
மனத்தை மாற்றும்

பதியின் நெஞ்சம்
மதியாய் மாற
உதிரம் உள்ளே
துள்ளி ஆடும்

இதிகா சமாய்
இல்லற வாழ்வை
மாற்றிக் கொள்ள
இன்பம் கூடும்

□

கற்றுக் கடக்கும் காதல்

வாழ்வின் மொத்தம்
வசந்தம் என்று
வாழ்த்துச் சொல்லும்
வளரும் காதல்

ஏதோ ஒன்று
என்னைத் தின்று
எண்ணம் எல்லாம்
அதுவாய் மாற

மாய வலையில்
மனமும் மாட்டிக்
காயம் கண்டு
கண்ணீர் வழியே

தனிமை இனிமை
தந்து போகும்
துணிவைக் கொண்ட
துணையின் நேசம்

இதையும் கடந்து
சென்றால் போதும்
எதையும் தாங்கும்
இதயம் பெறலாம்

வெற்றுப் பதராய்ச்
சுற்றுச் சூழல்
முற்றும் மறந்து
பற்றும் துயர்கள்

விட்டுச் சென்றால்
வேதனை என்னுள்
வட்டி போட்டு
வலிகள் தருமே...

சருகாய் மாறும்
இறகு நாட்கள்
விறகாய் எரிந்து
கருகிப் போகுமே

ஒட்டிக் கொண்ட
நினைவு பேதை
முட்டி மோதிட
உயிரும் அறுமே...

❏

அன்றும் இன்றும்

சாணமிட்டுத் தரைமெழுகிப்
பானையிலே சோறாக்கி
வான் நிலவு கதைசொல்ல
வாசலிலேயே உறக்கம்அன்று

அடுக்குமாடி வீடு கட்டிப்
படுக்கபஞ்சு மெத்தையோடு
அறைக்கொருவர் அடைந்த படி
சிறைவாழ்க்கை தொடர்ந்துஇன்று

கூட்டாஞ் சோறாக்கி
கோலிகுண்டு விளையாடி
தொட்டாச் சிணிங்கிதொட்டுத்
தட்டனைத் தேடிஅன்று

தனித்தனித் தீவாகி
மணிக்கணக்காய் விழித்திருந்து
கணினியில் மூழ்கியே
கண்உறங்கா இரவுஇன்று

வற்றாத ஆறுஓட
வரப்போரம் கதிர் சாய
விளைநிலமாய் காணுமிடம்
பச்சையான காட்சி அன்று

விலைபோன வயலெல்லாம்
கட்டிடமாய் மாறிடவே
இயந்திரமாய் இயங்கிடும்
இலக்கில்லா ஓட்டம்இன்று

அம்மியில் அரைத்து
அறுசுவை படைத்துக்
கூடிக் களித்தபடி
கூட்டமாய் உண்டு அன்று

உரம்கலந்த காய்கறி
தரமற்ற உணவாக
நோயின் பிடியிலே
தேய்ந்திடும் ஆயுள் இன்று

மாலையில் தெருகூடி
மனம்விட்டு தினம்பேசி
மழலையர் விளையாட
வேடிக்கை அழகுஅன்று

ஆலைக் கரும்பாகி
அறைபட்டு வீடுவந்து
அலைபேசி துணையோடு
தொலைகிறது நாள்இன்று...

❑

என் கனவுகளுக்கு எல்லையில்லை

அடர்காட்டு நிலவொளியில்
ஆங்காங்கே பறவைச் சத்தம்
தொடர்வண்டிச் சன்னலோரம்
தொட்டுப்பேச நீவேண்டும்

குடகு மலை யோரமாகச்;
கார்கூந்தல் களைந்தாட
திடர்மேலே இருவரும்
திகட்டத் திகட்டப் பேசவேண்டும்

கொட்டும் பனிமழையில்
கூடிநீ இருக்கவே
எட்டிப் பிடித்திட
என்அருகில் முகில்வேண்டும்

இட்டுவைத்த ஆசையெல்லாம்
கொட்டிநான் சொல்லிவிட
விட்டுடாமல் உன்தோளில்
விழிமூடும் துயில்வேண்டும்

தொடும்தூரம் நீயிருக்க
நெடும்நேரம் கண்விழித்து
விழிநான்கும் சடுகுடு
விளையாடி மகிழவேண்டும்

விடுகின்ற உன்மூச்சில்
நான்கொஞ்சம் உயிர்வாழ்ந்து
மடுஓரம் மணிக்கணக்காய்
மனம்விட்டுப் பேசவேண்டும்

எல்லையில்லா ஆசைகள்
எனக்குள்ளே தினம்பிறக்க
கொள்ளைபோன கனவிற்கு
வண்ணம்பூசி வாழவேண்டும்

துள்ளி ஆடும் மீனாகத்
துடிக்கின்ற எண்ணங்கள்
வெல்லும் நாள்வரவேண்டி
இன்னும் பல படிக்கவேண்டும்..

❐

இப்படியும் ஒரு காதல்

காற்றென நிறைந்து
காதலால் கலந்து
சாதலில் கிடக்கும்எனைச்
சாதிக்கத் தூண்டுபவன்

வழிகாத்துக் கிடக்காமல்
விழிபார்த்துப் பேசாமல்
அழியாத அன்பாலே
அணுக்களில் கலந்தவன்

தலைக்கனம் இல்லாமல்
தனித்தமிழ் அவன்பேசி
இலக்கணம் கற்பிப்பான்
இரவுகளைத் தாண்டியும்

எல்லாமாக இருந்தே
சொல்லாலே செதுக்கி
வில்லாளி ஆனவன்
வெல்லும்வழி காட்டுவான்

அகத்தை அறிந்து
ஜகத்தினை வெல்ல
துகளினை அகலாய்
ஆக்கிடும் தூயவன்

கொள்ளளவு கொள்ளாத
உள்ளுக்குள் பெரும்காதல்
அள்ளியே அவன்தெளிக்க
அத்தனையும் விண்மீனாய்

ஊட்டிடும் கைவிரல்கள்
தீட்டிடும் ஆயுதமாய்க்
காட்டிடும் பாதையிலே
நாட்டிடுவேன் நான்வெற்றி

வண்ணத்தை இழந்த
வானவில் ஓவியத்தின்
எண்ணத்தைத் திண்மையாக்க
எப்பொழுதும் எண்ணுகிறான்

இமையாக எனைக்காத்து
இமயத்தில் ஏற்றிவிடச்
சமயத்தை நோக்கிடும்
சாதகப் பறவையவன்

எப்படியோ கனவுகளை
நகல்எடுத்து நிறைவேற்றும்
இப்படியும் ஒரு காதல்
இருக்கத்தான் செய்கிறது...

❐

இரவும் பகலும் ஒன்றே

கல்லுக்குள் ஈரத்தைக்
கண்டெடுத்த கள்வனே;
புள்ளாகநான் மாற
புதுச்சிறகு தந்தவனே

நில்லாமல் சென்றாலும்
நிழலாக நீதொடர்ந்து
வில்லெடுத்து வீசி என்னை
வளைத்திட வந்தவனே

புவியீர்ப்பு விசைதாண்டி
மிஞ்சிய உன் காதலான
கவி ஈர்ப்பில் என்மனமும்
கரைகிறதே கரைமணலாய்

சிவிகையில் ஏற்றிச்
சிந்தையை மாற்றி
சவிதோளில் சாய்கையில்
உயிர்கூடு அனல் புனலாய்

மாலைசூடி மாலம்இட்டு
உன்னவளாய் மாறுகிற
ஞானம் எல்லாம் நீயாக
மாறினேனே உன்மதியே

தனிமையின் தவத்தைக்
கலைத்துப் போட்டுவிட்டுப்
புனிதக் காதலைத்
துணிந்துநீ சொல்கிறாய்

பனிமலை மேலே
எரிமலையை நகர்த்தி
பாசப் போர்வையால்
அணைத்துக்கொள்கிறாய்

அல்லும் எல்லுமாய்
நில்லாமல் உன்நினைவு
முள்ளாக உள்ளுக்குள்
முப்பொழுதும் நீங்காமல்

செல்லெல்லாம் சொல்லுகிற
உன்பெயரின் உச்சரிப்பால்
கொல்லும்வலி கூடிடக்
களம்மனமும் தூங்காமல்

வாய்க்காலாய் ஓடிஇன்று
நதியாக விரிந்த உள்ளம்
தாயான உன் நிழலில்
தஞ்சம் கொண்டு வாழுமடா

தேய்பிறையாய் ஆனபோதும்
தோள் சாய்த்து ஆற்றிடவே
காய்கின்ற கதிரவனும்
விண்மீனாய் மாறுமடா

திறவின் வழியாகக்
கரவாக நீவந்து
இறையாக என்னுயிரை
எடுத்தே வதைக்கின்றாய்

இரவையும் பகலையும்
ஒன்றாக மாற்றியே
புறவெளிஎங்குமே
புயலாகிச் சிதைக்கின்றாய்.

❐

வெற்றியின் வெளிச்சம் படரட்டும்

துயரங்கள் தாண்டியே
இருவாட்சி பறக்கிறது

சுயத்தைச் சீண்டினாலோ
ஞானமும் பிறக்கிறது

பாலையிலும் நீர்தேடிச்
சோலையும் துளிர்க்கிறது

சூளையில் செங்கல்லாய்ச்
சோகமனம் வலிக்கிறது

நடைபயிலும் சிறுமழலை
விழுந்துதான் எழுகிறது

தடைகளே முன்னேற்றப்
படிகளாய் வளர்கிறது

இதயமும் இயக்கவே
உறங்காமல் துடிக்கிறது

சிதையிலே தங்கமும்
மின்னிடவே குளிக்கிறது

இருளினைக் கடந்திட
வெளிச்சத்தைக் காணலாம்

பொறுமையாய் இருந்திட
பூமியை ஆளலாம்

தோல்வியின் அனுபவம்
முன்னேற வழிகாட்டும்

வேள்வியுடன் வேட்டையாட
ஆற்றலையும் அது கூட்டும்

முடியுமென நம்பினால்
முயற்சியது பலிக்கும்

விடியும் அந்நாளிலே
சிறகுபல முளைக்கும்

விண்மீன் கூட்டமெனக்
கனவுகளை நிறைத்து

எண்ணியதை ஈடேற்ற
எரிமலையாய் வெடித்து

மாறாத மனதோடு
ஏறாகிப் போராடு

தூர் வானம் போலேஉன்
புகழ்பேசும் பல ஏடு

குறைகளை நிறைகளாய்
மாற்றியே கொள்ளவே

வரையில்லா வாகைப்பூ
நீசூட மெல்லவே

சுற்றிலும் வானவில்
ஆசைகள் தொடரட்டும்

வெற்றியின் வெளிச்சமது
விருட்சமாய்ப் படரட்டும்.

❑

என் கிராமத்து நினைவலைகள்

ஊர்முனையில் ஒருகிணறு
ஊர்ந்தபடி சேர்ந்துபலர்
நீர்இறைக்க நின்றிருப்போம்
ஊறும்நீரில் முகம்பார்த்து

பெருசெல்லாம் ஒன்று கூடித்
திண்ணையிலே தினம்அமர்ந்து
பேசுகின்ற பேச்சிலே
வீசிடுமே செய்திபல

நுங்குவண்டி ஓட்டிக்கொண்டும்
அங்குமிங்கும் சுற்றிவந்து
பங்குவைத்து விளையாடிப்
பறப்போமே பட்டானாய்

குட்டநீரில் குதித்தாடிச்
சொட்டச்சொட்ட நீர்வழிய
பொட்டவெளி வயலோரம்
வட்டமிட்டுக் கொட்டம்செய்வோம்

பள்ளிவிட்டு வீடுவந்தால்
பையைத்தூக்கி வீசிவிட்டுக்
கள்ளிச்செடிக் காட்டோரம்
சில்லிஆட்டம் ஆடிடுவோம்

அந்திப் பொழுதானால்
மந்தை ஆடாய்க்கூடியே
உத்தி பிரிந்துவந்து
சுத்திசுத்தி ஓடிடுவோம்

கொட்டிலிலே கட்டிருக்கும்
ஆடு மாட்டை அவிழ்த்துவிட்டு
எட்டஎங்கும் போகாமல்
எட்டிஎட்டி பார்த்திருப்போம்

திரளாகப் பலர் கூடித்
திரைப்படம் காண ஓடி
மணல்மேட்டின் மேல்அமர்ந்து
பார்த்திடுவோம் பலபடங்கள்

கம்மங்கதிர் அறுத்துக்
காட்டுக்காரன் பார்க்காமல்
கட்டிவந்து கனலில்வாட்டி
நிமிட்டி நிமிட்டி தின்றிடுவோம்

அடுக்குமாடி மகிழுந்து
அலைபேசி வாழ்விலும்
ஆழ்நெஞ்சை கிராமத்தின்
நினைவு இன்னும் ஆளுதே

❐

இக்கரைக்கு அக்கரை பச்சை

வருகின்ற சோதனைகள்
தருகின்ற வேதனைகள்
சமுதாயக் கூட்டினை
இம்சிக்கும் எப்பொழுதும்

வலியது இல்லாமல்
வையத்தில் யாருமில்லை
வலியதாய் மனம்கொள்ள
துளியாகும் துயரங்கள்

எல்லார் வாழ்விலும்
சொல்லாத சோகங்கள்
முள்ளாகத் தைக்கவே
உள்ளங்கள் ரணமாகும்

நீர்க்குமிழி போலவே
நிலையில்லா நிமிடத்தில்
சேர்ந்து மகிழ்ந்திடச்
சேராது சோர்வலைகள்

எவரோடும் ஒப்பீடு
செய்யாமல் எப்போதும்
இருக்கும் நிலையினை
வெறுக்காமல் விரும்பலாம்

மற்றவர் போலவே
மாறிட எண்ணாமல்
கற்றுத் தெளிந்தாலே
வெற்றியைப் பற்றலாம்.

❑

உலைத்தீயில் உருகும் மனம்

பெண்மகவு என்றுசொல்ல
பேதலித்துப் போகின்ற
எண்ணற்ற மின்மினிகள்
இன்னமும் இருக்கின்றன

நிலவினில் நீந்தியே
அலைகளில் நடந்தாலும்
வலைமீனாய் மாந்தர்இன
வலி இன்னும் குறையாமல்

அஞ்சாத அரிநெஞ்சை
அல்லல்பட வைக்கின்ற
ஆடவர்கள் புடைசூழ்ந்த
ஆதிக்கம் ஆனதேசம்

வேலியெனத் தினம்நடித்து
கேலிகள் பேசிடும்
போலிகள் பலநிறைந்த
பொல்லாத பூமியிலே

மலரான இளம் தளிரை
மணம்செய்யத் தூண்டிவிட்டு
வளர்பிறையை வதைக்கின்ற
வல்லூறாய் ஊரெங்கும்

சிதையிலே இட்டுஅவள்
சிறகினை எரிக்கின்ற
சிந்தை இல்லா மந்தைக் கூட்டம்
சில்வண்டாய்ச் சுற்றியெங்கும்

விஞ்ஞான வளர்ச்சியிலும்
மெய்ஞானம் வளர்க்காமல்
வஞ்சியரை வதைப்பது
மிஞ்சிய வன்முறையே

கலையாத நினைவுகளால்
கலையிழந்த கார்மனம்
உலைத்தீயாய் உருகுவதை
உணர்ந்திடுமோ உலகம்இனி.

❏

கண்துயில் கனவில் கண்டகாட்சி

பாலின வேறுபாடு
பார்க்காத பைந்தமிழர்
ஆளுகின்ற அகிலத்தில்
நான்மகிழ்ந்து துயில்வதாய்

மாமலை அடிவாரம்
மாங்குயில் இசைபாடப்
பாமாலை தினம்தொடுக்கப்
பாட்டாலே பார்வியப்பதாய்

கத்தும்அலை கரையோரம்
புத்தகப் பாய்விரித்து
மொத்தமாய் என்னைமறந்து
பித்தாக நான் படிப்பதாய்

இலக்கண இலக்கியத்தை
விளக்கமாய்க் கற்றறிந்து
தலைக்கனம் இல்லாமல்
கலையென யெழுதுவதாய்

கொட்டுகிற அருவியோடு
தொட்டுத்தழுவும் மேகங்கள்
மொட்டுக்கள் இதழ்வெடித்து
மோகராகம் பாடும்சத்தம்

கூடுபோல வீடமைத்து
காடுநடுவே நாம்சமைத்து
தேடுபொறியில் தேடினாலும்
தெரியாமல் வாழ்வதாக

காய் பறித்துக் கனிருசித்துத்
தேய்பிறையை நான்ரசித்துப்
பாய்ந்துவிழும் அருவியிலே
பறவையெனத் தினம்குளிப்பதால்

தென்னைநார்க் கட்டிலிலே
கண்ணயர்ந்து தூங்கையிலே
வண்ணக் கனவுபல
வானவில் தோரணமாய்.

□

கோடிச்சிறகுகள் வேண்டும்

கூடிக் கதைபேசிக்
கூப்பிட்டால் ஓடிவரும்
வேடிக்கை மாந்தரெனப்
பேடியேநீ எண்ணாதே

அடுமனையைச் சுற்றிவரும்
அழகுப் பதுமையாய்த்
தொடுதிரை சாளரத்தைத்
தோற்கடிக்கத் துடிக்காதே

பூமியைப் புரட்டும்
புதுமைப் பெண்களைப்
பூவனம் என்றுசொல்லித்
தீவினில் தள்ளாதே...

படைக்கும் ஆற்றலை
அடைத்து வைத்திட
உடைத்து வெளியேறி
உலகத்தை ஆளுமே

கேலி கிண்டல்பேசும்
போலியான பலமுகத்தை
ஆழியென ஆகியே
அழித்துச் சிதைக்குமே

தறிகெட்டு ஓடுகின்ற
கரையில்லா காட்டாறாய்
இரையாக்கிக் கொல்லுகின்ற
இறைமையைக் கொண்டிருக்கு

அசையும் அகிலத்தின்
அச்சாணி ஆகிடவே
விசையாய் ஆகும்அவள்
இசையின் நாதமாய்

வாடி விழுந்திடாத
வானவில் கூட்டங்கள்
பாடிப் பறந்திட
கோடிச்சிறகு வேண்டுமே.

❐

காதல் பிடிக்குள் சிறைப்பட்டு

காதல் பிடிக்குள்ளே
களிப்போடு சிறைப்பட்டுக்
கண்ணீர்க் கடலிலே
எண்ணற்ற இளம்மான்கள்

சிறகிழந்து உறவிழந்து
சிந்தையாலே பலமிழந்து
மறுகிடும் மாந்தர்
பலர் உருகிடுவார் மெழுகாக

ஏதோஒர் மயக்கம்
எப்போதும் இருக்கவே
மோதுகின்ற கனவுகள்
மொட்டவிழும் மலராக

தூக்கம் பசிமறந்து
தொலைதூரம் தொலைந்து
பூக்கும் நினைவுகள்
பூகம்பம்போல் தாக்க

யார்என்ன சொன்னாலும்
போர்மனம் கேட்காமல்
வேர்நீராய்ச் சேர்ந்திடக்
கார்மழையாய்க் கரைந்தோடும்

காட்டாறைக் கட்டிவைத்து
வாட்டிடும் கனலிலே
கோட்டியென மாறவைத்து
கூட்டிடும் வலிகளை

தனிமையை அழகாக்கித்
தவறுகளைச் சரியாக்கித்
தன்னிலையை மறக்கவைத்துத்
தானாகப் பேசவைக்கும்

தீண்டாமையைக் காட்டிலும்
தீயாகக் சுட்டிடும்
வேண்டாமே உயிரறுக்கும்
வீணான வேதனை.

❐

சிகரம் தொடுவது எளிதோ

கரிகோளாய்க் கரையாமல்
கனல்தீயாய் எரியாமல்
குறிக்கோளை அடைந்திடப்
பரிவேகம் நீகொள்ளு

அடாத மழைபோலே
விடாத முயற்சியால்
தடாகத் தாமரையாய்த்
தனித்துவத்தைப் பெற்றிடு

உறுதி மட்டும் உள்ளத்தில்
இறுதிவரை இறுக்கிவைத்துப்
பரிதியாய்ப் பாரெங்கும்
பவனி வரமுனைந்திடு

மந்தைக் கூட்டமென
மாறிட எண்ணாமல்
விந்தை செய்கின்ற
சிந்தையை வளர்த்திடு

அறைதாண்டி வரையென
மறையாப்புகழ் மணந்திட
உறைவிட்ட வாளாக
உள்ஆற்றலைப் பெருக்கிடு

இறகாய் விழுந்து
இரவாய்க் கிடக்காமல்
சிறகை விரித்து
குருகாய்ப் பறந்திடு

சாதனை புரியவந்த
சரித்திர ஏடுநீ
சாதா பிறவி அல்ல
சதாநீ புலம்பிட

துயக்கையைத் துரத்தி
வியர்வைநீர் சிந்திட
வியக்கும் வையமே
வெற்றியைநீ அள்ளிட

புயல்போலே அயராமல்
புதுப்பாதை நாம்போட
இயற்கையும் இருகரத்தை
இறக்கையாய் மாற்றுமே

அகலாய் இல்லாமல்
பகலாய் மாறிட
சிகரம் ஏறவே
தகருமே தடைகளும்.

❑

விளைந்து செழிக்கும் வியர்வைகள்

கல்லூறும் பூவாகி
வல்லூறாய் வட்டமிட்டு
உள்ளிருக்கும் இலக்கினை
உந்தித்தள்ளும் வழிதேடு

நின்றுகொண்டுநீ இருந்தால்
நிழல்கூட பாரமாகும்
வென்றுவிட வேகம் கொண்டு
வேங்கையென நீஓடு

மட்டம்தட்டிப் பேசியே
வட்டத்திற்குள் வாழச்சொல்லும்
கூட்டத்தை விட்டுவிட்டு
குறிக்கோளை அறிந்திடு

எல்லையில்லா ஆற்றல்
உன்னில் வேகம் இருக்கவே
வல்லையென நீவளர
உள்ளத்தை உறுதியாக்கு

சுவற்றுச் செங்கல்லாய்ச்
சுடும்அறையில் அடையாமல்
அவமானக் கறைகளை
வெகுமான மாக்கிடு

இடைமறிக்கும் தடைதாண்டி
இயந்திரமாய் இயங்கிநீ
அடையாளம் ஆக்கிக்கொள்ள
வெற்றியை அடைந்திடு

எண்ணத்தைத் திண்ணமாக்கி
இன்னும் கொஞ்சம் முயன்றிட
விண்மீனைப் பறித்து வந்து
மண்ணிலே விதைத்திடு.

❐

மீதியான அவளின் பக்கங்கள்

கூண்டிலே அடைத்துவைத்து
வேண்டியதைத் தந்திடும்
கூறுகெட்ட உறவுகள்
ஊருக்குள் உலவிட

அடுமனையை அலங்கரிக்கும்
அழகுப் பதுமையெனத்
தொடுதிரை ஆனவளை
வடுதாங்க வைத்திருக்கும்

இன்னல் பலகூடி
இமயமென எதிர்த்தபோதும்
தன்னலம் பாராமல்
தாங்குவது பெண்மையன்றோ?

கணவன் குழந்தையெனக்
கட்டியாளும் உறவோடு
கனவினைச் கருக்கியே
களிப்பதாய் நடித்து

தினம்தினம் நரகத்தின்
தீயிலே குளித்து
வனத்தில் வாழ்ந்திடும்
வண்ணமுகில் பலகோடி

அலைமோதும் ஆசைகளை
ஆழ்மனதில் ஒளித்துவைத்து
வளையோசை சத்தத்தில்
வஞ்சியவள் தஞ்சமாகி

தன்னையே தான் இயக்கத்
தடைபோடும் ஆடவரின்
பின்னாலே நிற்பதைப்
பெருமையாக எண்ணுகிறாள்

நம்பியே நகர்ந்திடும்
நாட்களெல்லாம் நரகமான
துன்பியல் துயரம்என்று
தும்பிஅவள் அறியாது

சிதையிலே எரிந்தவள்
விதவையெனப் பெயரோடு
கதைசொல்லி யாய்இன்று
கண்ணீரில் மிதக்கிறாள்

தொலைஇயக்கி அவளாகித்
தொலைதூர நிலவாக
மலைஉச்சி ஆனவள்
வளைக்குள்ளே தொலைகிறாள்.

❐

முதல் வசந்தம்

அனல்புழுவாய் மனம்கொண்டு
கணந்தோறும் வலிகண்டு
வனத்தின் நடுவே
கனல்தீயில் வாழ

வெளியேற வழியின்றி
வலியோடு உயிர்குன்றி
பலியாகும் சூழலில்
துளிர்த்தது நம்பிக்கை

புத்தக அறைக்குள்ளே
மொத்தமாய் எனை அடைத்து
கத்தும் ஆழ்கடலிலே
முத்தென மாறிடவும்

சுகந்தமான வாழ்விற்கு
உகந்த நிலை வேண்டியே
புகலிடமாய்ப் புத்தகத்தைத்
திரட்டியே புரட்டினேன்

இழிவாகப் பேசுவோரின்
வழியாக இருந்திட
அழியாத செல்வத்தை
அடையவே எண்ணினேன்

கனவினை நோக்கியே
கணையென மாறிநான்
உணவுறக்கம் மறந்து
புனைந்தேன் புதுத்தேடலை

சிந்தனையும் நற்செயலும்
ஒன்றாகிப் போகவே
சிந்திய வியர்வைகள்
சிகரத்தைத் தொட்டதே

வெற்றுக் காகிதம்
விண்ணோக்கிப் பறப்பதாய்க்
கற்றுத் தேர்ந்தபடி
கற்றுத் தருகிறேன்

வெற்றிக் கோட்டையை
முற்றுகை யிட்டதாய்ப்
பற்றிக் கொண்டது
பரவச இன்பங்கள்.

❒

என்னைக் கவர்ந்த புலவன் இவன்

கல்லான கடிமனதும்
காற்றோடு கதைபேச
உள்ளூறும் உணர்வுகளைப்
புள்ளாக மாற்றியவன்

அதுவரைநான் படித்ததில்லை
அடுத்தவரின் சுயசரிதை
இதுவரை நான் புத்தகத்தைமுதல்
முறை வாசித்தேன்

எழுத்துக்கள் என்மனத்தில்
எண்ணத்தை விதைக்கவே
அழுத்திடும் ஆவலில்
அடுத்து என்ன? தேடினேன்

வைரமுத்து கவிஞனின்
வைர முத்து வார்த்தைகளால்
உயிர்வேறு உடல்வேறாய்
வேறுந்து கிடந்தது

வாடிய நான்அன்று
வாசித்த நூலாலே
மூடிய சிப்பிக்குள்
முத்தாக முளைக்கின்றேன்

தேங்கிய குட்டைநான்
ஏங்கிய கனவோடு
தூங்காத இரவுகளைத்
தொலைத்தேன் புத்தகத்தில்

புதுவெள்ளம் போலவே
என்னுள்ளே சிந்தனைகள்
மது குடித்த வண்டாக
மயங்கியது அவன்வரியில்

எதுகை மோனையோடு
எதார்த்தச் சொற்களால்
முதுமையின் முதிர்ச்சியோடு
புதுமையைத் தாங்கியதால்

மீண்டிட முடியாமல்
மீண்டும்மீண்டும் வாசிக்கத்
தூண்டுகிற ஆவலால்
துவலைகளாய் நானானேன்

இன்பக் கோப்பையிலே
இதயத்தை மிதக்கவிட்டு
புலம்பெற்று வலம்வரும்
எனைக்கவர்ந்த புலவன்இவன்.

❐

கல்லறை பேசினால்...

*தமிழினத்தின் வேர்அறுக்கும்
தரம்கெட்ட செயலாலே
தத்தளித்துத் தவிக்கிறது
தாயகத்துச் சொந்தங்கள்*

*வீறுகொண்டு எழுந்தமனம்
சீராக்க வழிதேட
கூறுபோட்டுக் கொன்றது
கோட்டானின் கூட்டங்கள்*

*சிப்பாய்கள் சேர்ந்துநல்
முப்படை அமைத்து
எப்படை வந்தாலும்
எதிர்த்துப் போரிட*

*வஞ்சகச் செயலாலே
வலுவிழந்த வீரர்கள்
வெஞ்சிறை வாசத்தில்
வாடியே விழுந்திட*

*முச்சிருக்கும் வரையிலும்
முப்படையும் போராட
ஆட்சியில் இருந்தவன்
காட்சியை மாற்றினான்*

❐

எனக்குள் இருக்கும் ரௌத்திரம்

தான் என்ற அகந்தையாலே
தறிகெட்டு நடக்கின்ற
ஆண்களைப் பார்க்கையிலே
அனல்தீயாய் மனம்மாறும்

திறமையின் திறவுகோல்
இறைமையாய் இருந்தாலும்
சிறைக்குள்ளே அடைத்துவைத்து
கதைத்திட சினம்கூடும்

தன்னைவிட முன்உயர
தடைபோடும் தவளையினம்
இன்னலைத் தந்தபடி
பெண்ணைவளை வதைத்திட

குவலயத் துவலைகளை
கூட்டிற்குள் கூட்டிவைத்து
கவலைகள் தந்திடும்
கானலான களர்மனங்கள்

மதுவென சொற்களால்
மாதினை மயக்கிடும்
மனம்கொண்ட இனங்களை
வதம்செய்யத் தோணுமே

அடக்கமெனச் சொல்லி
அடக்கியே வைத்திடும்
அன்பில்லா ஆடவன்
என்பிலே ஆணபிணம்

அடுமனையை அவளுக்கு
ஆனஇடம் ஆக்கியே
கொடுமைகள் செய்வதைத்
தடுக்கும் திடம்பெற்றிட

மலைத்தொடராய் மனஅடுக்கில்
விளையும்பல வேதனைகள்
தொலைகின்ற காலமது
தொலைவினில் இல்லையே

கரையாகக் கரைகின்ற
இறைவி இனி
அறைவிட்டுத் திரைதாண்டித்
திசைபோற்ற வரைவாள்புது வரலாறு.

❑

கண்ணுறங்கும் கவிதைகள்

முடியாது என்றுசொல்லி
முயற்சியை முடக்கியும்
விடியாத இரவோடு
விரல்பற்றி நடக்க

வேறுபாடு பார்த்துநிதம்
வேறுவேறாய் வளர்ப்பதால்
வீரிய விதைமனமும்
விழுந்து பதராக

ஆற்றலது பெண்ணுக்கே
அதிகமெனத் தெரியாமல்
அடக்கி வைத்திட
உடைத்தெழ எண்ணிஅவள்

ஏறுபோல் இருக்கின்ற
எண்ணற்ற கரங்களைப்
பாறைத் தேரையெனப்
பதுக்குது பாலைமனம்

முந்தி விடக்கூடுமென
முந்திவந்து மறிக்கின்ற
மந்திகள் கூட்டத்தால்
எந்திரிக்க முடியாமல்

வாட்டி வதைக்கின்ற
வானவில் அழகுகள்
கோடி கோடியாய்
கொம்பற்ற கொடியாக

இறக்கைஇல்லா பறவையென
இரக்கம்கொண்டு பார்த்தபடி
வரைதாண்டும் வல்லூறைத்
தரைப்புல்லாய் மாற்றிட

பலவீன எண்ணத்தை
உளத்திலே பதிக்க
மலைமேட்டை இலைச்சருகாய்
மாற்றிடும் கூற்றினம்

மென்மையான இனமெனப்
பெண்மையினைப் பொய்சொல்ல
வன்மைக் கூட்டத்தில்
வாழவழி தெரியாமல்

உருவாகி உயிர் கொண்டு
உலகத்தைக் காணும்முன்னே
கருவறையைக் கல்லறையாய் மாற்றியே
கண்ணுறங்கும் கவிதைகள்

❐

விடியலைத் தேடும் இரவுகள்

குடையும் வலிகளைக்
குடையாய் மாற்றித்
தடைகளைத் தாண்ட
நடையவள் பயில

அறையில் ஒளியினை
அடைத்து ஒளித்துத்
புரையைக் குறைசொல்லிக்
கரையினைச் சிறையிட

மலையினை மடுவென்று
மனத்தினில் விதைக்க
அலையினில் துரும்பென
அலையிது கலைமனம்

நூல்பலக் கற்று
கோளினைச் சுற்றும்
கோலம் அவளைக்
கொடுமைகள் செய்யுது

எரிமலைக் கனலை
கரிமலை ஆக்கி
திரியும் தென்றலில்
கரைத்துப் போட

வெத்தெனச் சொல்லி
வேதனை தந்திடும்
முத்தென ஆன
கத்தும் கடலினை

முத்திரைப் பதிக்கும்
முத்தமிழ் அழகு
சித்திரைப் பெண்ணை
சிதைத்து வதைக்க

கண்ணை இழந்த
குருடன் போலே
பெண்ணை நினைக்க
பெருந்துயர் சேரும்

புலரும் பொழுதை
உலரும் சருகாய்ப்
பலரும் எண்ண
பலனும் என்ன?

இறவாத இயக்கத்தை
இரவாய் மாற்ற
திறவின் வழியே
தெரிவாளே இரவியாய்...

❑

வண்ணம் தொலைத்த பட்டாம்பூச்சிகள்

அக்கரை சேர்க்கும்
படகாய் ஆனவன்
அக்கறை கொண்டான்
அன்பால் என்மேல்

அன்றில் போலே
ஒன்றாய்க் கூடி
குன்றின் மேலே
கொஞ்சிக் கதைத்து

புத்தக எழுத்தாய்
அவனும் நானும்
இத்தனைக் காலம்
வாழ்ந்தேன் மகிழ்ந்து

காலம் அவனைக்
கவர்ந்து செல்ல
கோலம் மாற்றிக்
கொடுமை அறையில்

எல்லாம் அவனாய்
இருந்து இன்று
வெள்ளத் தீவில்
விட்டுச் செல்ல

இருகண் இழந்து
இளமை கரைந்து
இடுக்கண் மிகுந்து
இரவாய் இருந்து

பார்க்கும் பார்வைகள்
கேட்கும் கேள்விகள்
போர்க் களமாகப்
புயல்மனம் மாற

கனவுகள் கருகக்
கண்ணீர் பெருக
நினைவுக ளாலே
நிம்மதி அருக

சுமையெனக் கனக்கும்
சொல்லா ஆசைகள்
இமயத்தின் சிமைவரை
இருக்குது அமைதியாய்

வண்ணத்தில் வலிகளை
வார்த்திட முடியாத
வண்ணம் தொலைத்த
பட்டாம் பூச்சிகள்

❑

மண்ணில் முளைத்த வானவில்

வெற்றிக் கோட்டையை
எட்டிப் பிடிக்க
சுற்றி உனக்குள்
சுவரினை எழுப்பிடு

எள்ளி நகைக்கும்
சள்ளிக் கூட்டம்
சொல்லும் சொல்லைக்
கிள்ளிப் போட்டிடு

ஊரே கூடி
எதிர்த்த போதும்
மாறா உறுதியை
உள்ளே கொள்ளு

தேரைப் போல
இருந்தது போதும்
வேரென விழுந்து
விழுதென மாறு

கடற்கோளாக
மாறி நீயும்
இடர்களைத் தாண்டி
இமயம் ஏறு

பிணவறைப் பிணமாய்க்
கிடந்தது போதும்
அடரென வனமாய்
அறிவை நாடு

சுணக்கம் கவலையைக்
களையெனக் களைத்து
உனக்குள் இருக்கும்
உன்னைத் தேடு

கனவினை நோக்கி
கணையாய் மாறி
தினம் உன்னைத்
தீட்ட வரலா றாவாய்

இன்னும் கொஞ்சம்
வலிமை கூட்ட
மண்ணில் முளைத்த
வானவில் ஆவாய்

❑

எப்போதோ பெய்த மழை

பனிக்காலப் போர்வையாய்
நினைக்கையில் இனிக்கின்ற
பச்சையம் மாறாத
அச்சடித்த நினைவுகள்

துவட்டாத கூந்தலில்
துவலைநீர் சொட்ட சொட்ட
அவள் தரும் குளம்பியில்
அதிகாலை விடியுமே

வாடிநான் போகையிலே
தேடிவந்து தோள்சாய்த்து
வேடிக்கை காட்டிஎன்
வெந்தனலைத் தணித்தவள்

மணல்வீடு கட்டியே
அணங்கவள் விளையாட
மனமெல்லாம் மகிழ்வலையில்
தினம்ரசித்து திளைக்குமே

காற்றிலே மிதக்கின்ற
கனமற்ற சருகாகக்
கரம்பற்றி நடந்தகாலம்
கடந்துபோன கார்காலம்

துளிர்விட்ட ஆசைகள்
மிளிர்ந்து போகும்முன்
துவலைகளாய்ச்சிதறி நாளும்
வலியவள் இல்லாமல்

துளியாகக் கரைகிறதே
முத்தமிழைப் பயிற்றுவித்த
முத்தழகுக் கல்லறையில்
செத்துமே சாகாமல்
செல்லரித்துக் கிடக்கின்றேன்

அன்பிலே ஆய்ந்தெடுத்த
அன்பியவள் இல்லாமல்
என்உலகம் வெஞ்சிறையில்
கண்மூடிக் கிடக்கிறதே

உயிர்மூச்சை இழந்தும்நான்
உலவுகின்றேன் வெறும்கூடாய்
துயிலும்அவள் நினைவுகளே
துணையாக என்நிழலாய்

அப்புவைத் தாண்டியுமே
அப்பூவின் வாசனைகள்
எப்போதோ பெய்த மழை
இப்பொழுதும் எனக்குள்ளே.

❑

வாழ்வின் பிரதானம் (நம்பிக்கை)

சிறகிரண்டை விரித்துவிட்டால்
சிகரம்பல ஏறலாம்
விரலிடுக்கில் பூமிப்பந்தை
வைத்து விளை யாடலாம்

சருகெல்லாம் உரமாகும்
நாள் மாதம் கடந்தாலே
உருகி ஓடும் நதி கூட
உறைந்துவிடும் நீநடந்தாலே...

உறுதிஉள்ளம் கொண்டுவிட்டால்
பரிதியாக மாறலாம்
இறுதி மூச்சு உள்ளவரை
வெற்றிவாகை சூடலாம்

மடைதிறந்த வெள்ளமென
மனஆற்றல் கொண்டிடுவோம்
இடையில்வரும் இடர்களின்
தடங்களை வென்றிடுவோம்

தோல்விகளைத் தோற்கடிக்க
தோழன் நம்மால் தான் முடியும்
வேள்வியென வெற்றிதேடி
நாம்நடக்க துயர்மடியும்

கரிக்கோல் எழுத்தாக
நாமல்ல புரிந்திடுவோம்
குறிக்கோளை நோக்கியே
கூர்அம்பை எறிந்திடுவோம்

உடையாக நம்பிக்கையைத்
துணையாக்கி மோதிடுவோம்
உடையாத உடைவாளாய்
முடியும்வரை போரிடுவோம்...

❏

பல்லாயிரம் ஆசைகள்

பல்லாயிரம் ஆசைகளைப்
பால்வெளியில் மிதக்கவிட்டு
நில்லாமல் ஓடுகின்ற
நிலாக்கூட்டம் உலாவர

உள்ளிருந்து உருகுகின்ற
உணர்வுள்ள உள்ளமே
முள்ளிலே நீவிழுந்து
முனகும் வலி கேட்கிறதே

எழுதாத சட்டத்தால்
பழுதான பேதைமனம்
முழுதாக இன்னுமே
முகம்காட்ட முடியாமல்

உளம்கொண்ட ரணங்களைப்
புலன்கண்டு மறைத்து
வலம்வரும் மலர்வனம்
களம்நடுவே கத்தியின்றி

குமுகாயக் கூட்டுக்குள்
அட்டையாய் ஒட்டியே
கமுக்கமாய்க் கண்ணீரைக்
காட்டாமல் மறைக்கிறார்

அச்சம்மடம் நாணத்தோடு
இருப்பதுவே கற்பென்று
தப்பாகக் கற்பிக்கும்
ஆதிக்கச் சிப்பாய்கள்

பெண்ணியம் பேசுகின்ற
கண்ணியக் காளைகூட
அந்நியன் ஆகவே
அவ்வப்போது மாறுகிறார்

எண்ணத்தைச் சொல்லிவிட
எண்ணற்ற தடைவிதிக்க
வண்ணத்தை இழந்தபடி
வானவில்கள் வாடுதே

கையளவு இதயமே
கவலை நீ கொள்ளாதே
வையத்தின் அவலங்கள்
வாடிடுமே சருகாகி

சத்தமிட்டு சொல்லிவிட்டால்
சித்தம்கெட்ட ஜென்மம்என்று
கத்துகிற பதராலே
கமுக்கமாய்ச் சொல்கிறேன்.

❑

ஆறாத ரணங்களில்

பஞ்சாங்கம் பேசுகின்ற
நஞ்சான நெஞ்சத்தால்
விஞ்ஞானம் மிஞ்சியும்
அஞ்சிடும் வஞ்சியர்கள்

வேங்கையை விட்டிலாக்கி
வேட்டையாடும் வேடர்இன்னும்
ஆங்காங்கே இருப்பது
வேதனையின் உச்சமே

களம்காணும் கத்தியின்
புத்தியைத் தீட்டாமல்
களர்நிலம் ஆக்கிடவே
பலரிங்கே படைசூழ

சட்டங்கள் சமமெனச்
சப்தமிட்டுக் கத்தினாலும்
எட்டாத சுதந்திரம்
ஏக்கத்தின் பிடியிலே

உயரஉயர பறந்தாலும்
பருந்துஇங்கே தட்டான்தான்
வயல் நாற்றாய்த் தலையசைத்து
வாய்மூடி மௌனமாய்

ஆணின்றிப் பிழைப்பது
பிழையான செயலென்று
வீண்வாதம் செய்வது
விந்தையான வேடிக்கை

ஆளுகின்ற திறன்பெற்றும்
நூல்ஒருவர் கையிலே
வான்தொடும் பட்டங்கள்
வட்டம்தாண்ட முடியாமல்

அவளுக்கு மட்டுமான
அடுமனை வாசம்கூட
ஆயிரம் பெரியார்கள்
தோன்றினாலும் மறையாது

ஆய்ந்திடும் ரணங்களால்
ஆறாகத் துயர்கூட
மாறாத வடுக்களே
மனக்கூட்டில் ஆறாக...

❏

என்னுள் முளைத்த பூமரமே

*நெருஞ்சிமுள் நிறைந்தநிலம்
குறிஞ்சிப்பூ பூத்துஎங்கும்
வானமெல்லாம் வானவில்லாய்
வண்ணத்தில் மிதக்குதே*

*அந்திநேர சூரியனாய்ப்
பந்தியிட்டு என்னுள்ளே
சந்திக்கும் முக்கடலாய்
முந்திவரும் உன்நினைவு*

*மொழியாகி மென்உணர்வை
மொழிபெயர்க்கும் உயிர்வளியே
குழியிலே கிடக்கும்என்னைத்
தூக்குவது உன்கரமே*

*வல்லையாய் வளர்ந்தஎன்
உள்ளிருக்கும் காதலால்
மெள்ளநான் மெல்லவே
அசைபோடும் இசையானேன்*

*உனதன்பு எனைச்சூழத்
தினந்தோறும் திருவிழாவாய்
மனம்இன்று மழலையாகி
மழைப்பூவாய்த் திளைக்கிறது*

உருஇல்லா அருவமாய்
ஆனயென் ஆசைகளைக்
கருவாக வளர்த்தெடுத்துக்
கதிராக வார்க்கிறாய்

அணுக்களில் ஆர்ப்பாட்டம்
செய்யும் உன் நினைவோட்டம்
அனுதுயர் தந்தென்னை
அணுஅணுவாய் ஆள்கிறதே

பாமரனாய் இருக்குமெனப்
பக்குவமாய் ஆக்கும்நீ
பூமரமாய்ப் பூக்கவைக்கச்
சாமரமே வீசுகிறாய்

கடல்குறுகிக் கதிர்கருகிக்
காற்றுகரைந்து போனாலும்
உடல்உயிராய் உறைந்தவனே
உனைநானும் பிரியேனே.

◻

உன் பெயரைச் சூட்டுவேன்

*எத்தனையோ பெயர்களை
எனக்குள்ளே தேடினாலும்
மொத்தமாய் உன்உருவம்
என்முன்னே வருகிறது*

*அச்சாணி யாயிருந்து
அச்சத்தை அலறவைத்து
எச்சிலைக் கூட்டத்தை
எதிர்த்திட்ட என்தமிழா,*

*இனம்காக்கக் கனவுகண்டு
வனம்தேடிக் கூடிவாழ்ந்து
உணவினை மறந்துவிட்டு
உறக்கத்தைத் துறந்தவனே,*

*புத்தகத்து எழுத்தாக
முத்தாய்உன் பெயர்பதிய
கத்தும்அலை உள்ளவரை
காற்றில்நீ கலந்திருப்பாய்*

*திணைஐந்தும் முனைந்திடும்
தினம்உன்னைப் பேசவே
கணைவிட்ட கரிகாலா
உனக்கிணை யாருமில்லை*

பண்ணியபல செயலெல்லாம்
பார்வியந்து பார்க்கவே
எண்ணியே வியக்கிறேன்
உன்கண்ணியத்தைக் கண்டுநான்

கொன்றுஉன்னைப் போட்டதாலே
கொலைகளமும் கதறவே
வெண்நிலவும் வீதிவந்து
மண்ணில்நாளும் தேடுதே.

பிள்ளைபோலப் பேசும்உன்
சொல்இனிமை கேட்டுத்தான்
செஞ்சோலைப் பூக்களெல்லாம்
செவ்விதழை விரித்ததடா

சிங்களவன் அடிவருடியாய்
இருக்கவே விரும்பாமல்
பொங்குகடல் போல்எழுந்த
தங்கமகன் நீதானே

புலிவலிமை கொண்டவனே
புயலாகச் சீறியும்
பலியான வேதனைதான்
வலியாக வாட்டுதடா

தலைமுறை தேடிடவே
உன்பெயரைச் சூட்டியே
தலைவனே நான்மகிழ்வேன்
தமிழினத்தைக் காட்டியே.

❐

அணையாத சுடரென

இல்லத்தின் ஒளியாக
இருக்கின்ற கதிரவள்
உள்ளத்தின் ஆழத்தைக்
காட்டாத புதிரவள்

அனலும் புனலும்
கலந்த கலையவள்
வனமென அன்பை
வளர்த்திடும் இளையவள்

ஆக்கம் அறிவைத்
தூக்கிச் சுமப்பவள்
தாக்கும் வலிகளைத்
தாங்கிச் சமைப்பவள்

சக்தி யுத்தியாய்
இணைந்த வரமவள்
பக்தி தெய்வமாய்
வனைந்த கரமவள்

சொல்லும் செயலும்
ஒன்றாய்க் கொண்டவள்
வில்லில் அம்பாய்
வீரம் கண்டவள்

இரத்த பூமியைச்
சுத்தம் செய்பவள்
கத்தும் கடலினைக்
கண்ணால் கொய்பவள்

இரவின் விடியலாய்
இரவியாய் ஆனவள்
இறைவி இவளே
இன்பத் தேனவள்

வேளையை வேய்ங்குழல்
ஆக்கிடும் வாலையவள்
பாலையைச் சோலையாய்
மாற்றிடும் சேலையவள்

வெற்றி வழிகளைப்
பற்றிடக் கூறுவாள்
கொற்றவை ஆகியே
காத்திடும் கூர்வாள்

அணையாச் சுடரென
அணையது பெண்ணாகக்
கணையாழி விரலாகிக்
காப்பாளே கண்ணாக.

❏

இங்கேயும் கொஞ்சம் பாருங்களேன்

பட்டினிச்சாவு இங்கே
பலமடங்காய்க் கூடுது
வட்டிக்குப் பணம்வாங்க
வட்டிக்குட்டிப் போடுது

வறுமைக்கோடு வாழ்வினை
வலைவிரித்துத் தின்னுது
வெறுமைகூட எதிர்காலம்
பதராகத் தெரியுது

பசிஅடக்கிப் படுத்திட
இரவு நீண்டதாகுது
வசிக்கஇடம் இல்லாமல்
வானம் கூரையாகுது

அழுக்குவாசம் சுற்றிலும்
அணைகட்டி இறுக்குது
அட்டைப்பூச்சி ஆவல்கள்
ஒட்டிஉயிரை உருக்குது

ஒளியற்ற இரவாக
ஒதுங்கிய பழுது நாங்கள்
பலியான கனவோடு
வலிகுடித்த தரைமீன்கள்

தோள்அழுத்தும் பாரங்கள்
தொற்றுநோயாய்த் தொடர்ந்தபடி
நாளுமே மரணவலி
நங்கூரம் இட்டபடி

ஏமாற்ற ஏக்கங்கள்
ஏர்பூட்டி நடக்குதே
ஏக்கையின் ஏச்சாலே
இதயமது கலங்குது

ஒளியிழந்த கண்களோடு
வலிமிகுந்த புண்களோடு
ஒவ்வொரு நாளுமே
நகருது வெறுமையோடு

கசங்கிய காகிதமாய்
விசும்பிடும் நெஞ்சமது
கசப்போடு கடக்கிறது
கண்ணீர்தான் மிஞ்சுவது

ஒருவேளை சோறுகிடைக்கத்
திருநாளாய் மாறுமே
ஒருவேளை இனிமாற்றம்
நடக்க இன்பம் கூடுமே.

நித்தம் யுத்தகளமாக
நிகழ்காலம் ரணமாக
நிமிடங்கள் அமிலத்தில்
விழுந்துவாட்டும் கனமாக

கூடாரம் வீடாகக்
கூடும்ஆவல் குறையவில்லை
மாடாக உழைத்தாலும்
வறுமைவெள்ளம் வடியவில்லை.

□

இதுவே அன்பின் அடையாளம்

வேலைவேலை என்றுஓடி
வேதனையில் தேய்கிறாள்
சேலைக்குள் செந்தாமரை
செந்தீயில் வேகிறாள்

இல்லறத்தின் இதயமாய்
இணைந்திருந்து இயங்குகிறாள்
முள்ளறை துயர்மறைத்து
முழுமதியாய் இயங்குகிறாள்

தண்ணீரைப்போல் தன்னைத்
தகவமைத்த தலைவியவள்
எண்ணஓட்டம் முன்னறிந்து
வண்ணமாக்கும் வளைவியவள்

சுணக்கமின்றிச் சுழலுமவள்
சுவாசத்தின் உயிர்துடிப்பாய்
கனல்குடித்த காற்றாகிக்
காதலோடு குளிர்துடைப்பாள்

அணங்கவளின் ஆசைகளை
ஆருடமாய்க் கணிப்பவன்
கனவுதாகம் நிஜமாக்கி
நிழலாய் உடன்நடப்பவன்

சிலுவைபல சுமப்பவளின்
சிறகாக இருப்பவன்
வலுவான வாழ்விற்கு
வலக்கரத்தைக் கொடுப்பவன்

அவளாக அவள்இயங்க
அன்னையென அரவணைக்கத்
திவலைஉள்ளம் திறவாகத்
தித்திப்பிலே மனம்திளைக்க

கலங்கும்விழி நீர்துடைத்துக்
கலங்கரையாய்த் தாங்கவே
புலனெல்லாம் புளகாங்கிதப்
புன்னகையை ஏந்தவே

காயம்தரா காதலோடு
காலமெல்லாம் கரைதிரையாய்
சாயதோள் தரும்பாசம்
சாயமில்லா உயிர்இறையாய்

உச்சிதொட உறுதுணையாய்
உற்சாகம் கூட்டும்உறவு
பச்சியாக பறந்து உலகைப்
பார்க்கவைக்கும் புதியசிறகு

நம்பிக்கை நெஞ்சத்தால்
நந்தவன எதிர்காலம்
கொம்புத்தேன் சுவையாய் இது
நல்அன்பின் அடையாளம்.

❐